AF528942

ഗ്രീൻ ബുക്സ്

കാന്താബായി കരയുന്നില്ല

സേതു

എറണാകുളം ജില്ലയിലെ ചേന്ദമംഗലത്ത് ജനനം.
നോവൽ കഥാ വിഭാഗങ്ങളിൽ 40 കൃതികൾ.
നോവലിനും (അടയാളങ്ങൾ) ബാലസാഹിത്യത്തിനുമുള്ള (ചേക്കുട്ടി) കേന്ദ്ര സാഹിത്യ അക്കാദമി അവാർഡുകൾ, കേരള സാഹിത്യ അക്കാദമിയുടെ വിശിഷ്ടാംഗത്വത്തിനു പുറമെ കഥയ്ക്കും നോവലിനുമുള്ള അവാർഡ് (പേടിസ്വപ്നങ്ങൾ, പാണ്ഡവപുരം), വയലാർ അവാർഡ് (അടയാളങ്ങൾ), ഓടക്കുഴൽ അവാർഡ് (മറുപിറവി), സമസ്തകേരള സാഹിത്യ പരിഷത്ത് അവാർഡ് (സമഗ്രം), മുട്ടത്തുവർക്കി അവാർഡ് (പാണ്ഡവപുരം), മലയാറ്റൂർ അവാർഡ് (കൈമുദ്രകൾ), പത്മരാജൻ അവാർഡ് (ഉയരങ്ങളിൽ), കേരള ബാലസാഹിത്യ ഇൻസ്റ്റിറ്റ്യൂട്ടിന്റെയും അബുദാബി ശക്തിയുടെയും അവാർഡ് (അപ്പുവും അച്ചുവും) എന്നിവ ലഭിച്ചിട്ടുണ്ട്. 'ഞങ്ങൾ അടിമകളു'ടെ ചലച്ചിത്രാവിഷ്കാരമായ 'പൂത്തിരുവാതിര രാവിൽ' ഏറ്റവും നല്ല കഥയ്ക്കുള്ള കേരള സ്റ്റേറ്റ് ഫിലിം അവാർഡ് നേടി. പല രചനകളും മറ്റു ഭാഷകളിലേക്ക് വിവർത്തനം ചെയ്യപ്പെട്ടിട്ടുണ്ട്. പാണ്ഡവപുരം ഇംഗ്ലീഷും ജർമ്മനും ഫ്രഞ്ചും ടർക്കിഷുമടക്കം പത്ത് ഭാഷകളിലേക്കും അടയാളങ്ങൾ ഇംഗ്ലീഷടക്കം അഞ്ചു ഭാഷകളിലേക്കും ആറാമത്തെ പെൺകുട്ടി ഇംഗ്ലീഷടക്കം നാല് ഭാഷകളിലേക്കും നിയോഗവും മറുപിറവിയും ആലിയയും മൂന്ന് കഥാ സമാഹാരങ്ങളും ഇംഗ്ലീഷിലേക്കും മൊഴിമാറ്റം ചെയ്തിട്ടുണ്ട്. പാണ്ഡവപുരം മലയാളത്തിലും നിരാകാർഛായ എന്ന പേരിൽ ബംഗാളിയിലും ചലച്ചിത്രമായിട്ടുണ്ട്. ദീർഘകാലം ബാങ്കിങ്ങ് രംഗത്ത് പ്രവർത്തിച്ചു. സ്റ്റേറ്റ്ബാങ്കിൽ ഓഫീസറായി തുടങ്ങി സൗത്ത് ഇന്ത്യൻ ബാങ്കിന്റെ ചെയർമാനായി ജോലിയിൽനിന്ന് വിരമിച്ചു. ഡൽഹിയിൽ കേന്ദ്ര സർക്കാരിന്റെ നാഷണൽ ബുക്ക് ട്രസ്റ്റ് ഓഫ് ഇന്ത്യയുടെ ചെയർമാനുമായിരുന്നു.

ഗ്രീൻ ബുക്സ് പ്രസിദ്ധീകരിച്ച ഗ്രന്ഥകാരന്റെ ഇതരകൃതികൾ

മലയാളത്തിന്റെ സുവർണ്ണകഥകൾ - സേതു
യാത്രയ്ക്കിടയിൽ
നൂലേണി
ഓർമ്മക്കല്ലുകൾ
ജലസമാധി

കഥ

കാന്താബായി കരയുന്നില്ല

സേതു

ഗ്രീൻബുക്സ്

green books private limited
gb building, civil lane road, ayyanthole,
thrissur- 680 003, kerala, ph: +91 487-2381066, 2381039
website: www.greenbooksindia.com
e-mail: info@greenbooksindia.com

branches:
thrissur 0487-2422515
thiruvananthapuram 0471-2335301
calicut 8589095307

malayalam
kanthabayi karayunnilla
story
by
sethu

published november 2023

cover design : s. mahendra

printed in india
manipal technologies ltd

isbn : 978-81-19486-60-1

₹ 140.00
GBPL/1333/2023

മുഖക്കുറി

മലയാളിക്ക് ഏറെ പ്രിയങ്കരനായ എഴുത്തുകാരൻ സേതുവിന്റെ ഏറ്റവും പുതിയ കഥകളുടെ സമാഹാരമാണിത്. എഴുത്തുകാരൻ രേഖപ്പെടുത്തിയതുപോലെ, പണ്ടുകാലത്തുള്ളവർ 18ലെ വെള്ളപ്പൊക്കത്തിനുമുമ്പും ശേഷവും എന്ന് പറയുന്നതുപോലെ ഭാവിയിലെ അതിരായി മാറുമെന്ന് തീർച്ചയുള്ള അടയാളപ്പെടുത്തലായിരിക്കുകയാണ് മാരിക്കാലം. 2020-21കളിലെ ഈ മാരിക്കാലത്തിനിടയിൽ വിരിഞ്ഞ അപൂർവ്വസുന്ദര രചനകളാണ് ഇതിലുള്ളത്.

പ്രകൃതിയിലും മനുഷ്യരിലും മാരിക്കാലം ഉണ്ടാക്കിയ പ്രത്യാഘാതങ്ങളും അതിന്റെ നീണ്ട കാലയളവും എത്ര മനോഹരമായാണ് സുമലത എന്ന പെൺകുട്ടിയുടെ പൂക്കളുമായുള്ള സൗഹൃദസന്ദർശനങ്ങളിലൂടെയും അവളുടെ വളർച്ചയിലൂടെയും മനസ്സിൽനിന്നും മാഞ്ഞുപോകാത്ത ദൃശ്യഭംഗിയോടെ 'ചില മാരിക്കാലചിന്തകളി'ൽ അവതരിപ്പിച്ചിരിക്കുന്നു.

മാരിക്കാലം നൽകിയ ഒറ്റപ്പെടലും ഏകാന്തതയും അനുഭവങ്ങളും അത്യന്തം വേദനാജനകവും ഒട്ടും ഉൾക്കൊള്ളാൻ കഴിയാത്തവിധത്തിൽ നമ്മളിൽ അടിച്ചേല്പിക്കപ്പെട്ടതുമാണെങ്കിലും പ്രതിഭാസമ്പന്നനായ എഴുത്തുകാരന്റെ കാര്യത്തിൽ ഇത് കൂടുതൽ സർഗ്ഗാത്മക രചനകളുടെ പിറവിയിലേക്കുള്ള ഉരകല്ലായി മാറുകയാണ് ഉണ്ടായത് എന്നതിനുദാഹരണങ്ങളാണ് ഇതിലെ കഥകൾ.

സേതുവിന്റെ ഈ കഥാസമാഹാരം ഒരു കാലഘട്ടത്തിന്റെ അടയാളപ്പെടുത്തലും കൂടിയാണ്.

എഡിറ്റർ

കഥയെഴുത്തിനെപ്പറ്റി അല്പം

സേതു

ഒരുപാട് കാലമായി കഥയെഴുതാൻ തുടങ്ങിയിട്ട്. കൃത്യമായി പറഞ്ഞാൽ അമ്പത്താറു വർഷം. എഴുതി തുടങ്ങുന്ന കാലത്തു കഥയെന്ന സാഹിത്യരൂപത്തെപ്പറ്റി കാര്യമായ പിടിയുണ്ടായിരുന്നില്ല. പത്താം ക്ലാസ്സിനപ്പുറം മലയാളം പഠിക്കാത്തതുകൊണ്ട് ഭാഷാ സ്വാധീനവും കൈവശമുള്ള വാക്കുകളും നന്നെ കുറവായിരുന്നു. പക്ഷേ കുട്ടിക്കാലം തൊട്ടുള്ള ചിട്ടയായ വായന കൊണ്ട് നല്ലതും ചീത്തയും തിരിച്ചറിയാനുള്ള കഴിവ് കുറെയൊക്കെ കിട്ടിയിരുന്നു. ഇത്തരം കാര്യങ്ങളിൽ വഴികാട്ടികളായി ആരെയും കണ്ടെത്താൻ ശ്രമിച്ചില്ലെന്ന് മാത്രമല്ല, സഹജമായ അന്തർമുഖത്വം പലതിൽനിന്നും എന്നെ പിന്തിരിപ്പിച്ചു കൊണ്ടിരുന്നു.

വായന തുടങ്ങിയ കാലത്തു തകഴി, കേശവദേവ്, ബഷീർ, ഉറൂബ്, പൊറ്റെക്കാട്ട് എന്നിവരൊക്കെ അരങ്ങു നിറഞ്ഞു നിന്നിരുന്നു. അവരെയെല്ലാം ഇഷ്ടമായിരുന്നെങ്കിലും കഥയെന്ന രൂപത്തോട് ഏറ്റവും നീതി പുലർത്തിയിരുന്ന കാരൂരിനോടായിരുന്നു എനിക്ക് കൂടുതൽ പ്രിയം. കാരണം, അദ്ദേഹത്തിന്റെ കഥകളിൽ നിന്ന് ഒരു വാക്ക് പോലും അടർത്തി മാറ്റാൻ കഴിയുമായിരുന്നില്ല. കാലമിത്ര കഴിഞ്ഞിട്ടും ആ അഭിപ്രായം മാറ്റണമെന്ന് എനിക്ക് തോന്നിയിട്ടില്ല. ഭാവഭദ്രതയോടൊപ്പം രൂപഭദ്രതയും കാത്തു സൂക്ഷിക്കുകയെന്നത് അത്ര എളുപ്പമല്ല. അസാമാന്യമായ കൈയൊതുക്കം വേണ്ടി വരുന്ന മാന്ത്രികവിദ്യയാണ് അത്. കഥയെന്ന പേരിൽ ഒരു വാരികയുടെ പത്തു പന്ത്രണ്ട് പുറങ്ങൾ കവർന്നെടുക്കുന്ന ഒട്ടേറെ കഥകൾ ഇന്ന് പുറത്തു വരുന്നുണ്ട്. ഒരുപക്ഷേ പലർക്കും മാതൃകയാക്കാവുന്ന കൈയൊതുക്കം കാരൂരിനുണ്ടായിരുന്നു.

ഈ കാലയളവിൽ എന്തൊക്കെയോ എഴുതിക്കൂട്ടി. തിരിഞ്ഞു നോക്കുമ്പോൾ അവയൊക്കെ ഞാനാണ്, ഞാൻ തന്നെയാണോ എഴുതിയതെന്ന സംശയം ബാക്കി നിൽക്കാറുണ്ട്. ഈ രചനകളിൽ ചിലതെല്ലാം പല വായനക്കാരെയും തൃപ്തിപ്പെടുത്തിയിട്ടുണ്ട്. ചിലവയെ അവർ നിഷ്കരുണം തള്ളിക്കളഞ്ഞിട്ടുമുണ്ട്. പക്ഷേ അതേക്കുറിച്ചൊന്നും ഞാൻ വേവലാതിപ്പെടാറില്ല. എഴുതുന്ന സമയത്ത് അവ എന്നെ തൃപ്തിപ്പെടുത്തിയിരുന്നോ എന്നതാണ് പ്രധാനം. എന്തായാലും ഒരു കാര്യം ഉറപ്പിച്ച് പറയാനാകും. രചനയുടെ സമയത്ത് എന്നെ സന്തോഷിപ്പിക്കാത്ത, ആശ്വസിപ്പിക്കാത്ത ഒന്നും ഞാൻ എഴുതിയിട്ടില്ല. അവ വായനാസമൂഹത്തിൽ സ്വീകരിക്കപ്പെട്ടോ എന്നത് വേറൊരു കാര്യം. അവനവനെ തൃപ്തിപ്പെടുത്താനാണ് കൂടുതൽ വിഷമം. സംതൃപ്തി എന്നത് ഒരു മരുപ്പച്ചപോലെ എപ്പോഴും അകലെയാണ്. ആകർഷിച്ചും മോഹിപ്പിച്ചും അതങ്ങനെ നമ്മെ അലട്ടിക്കൊണ്ടിരിക്കും. പ്രസിദ്ധീകരണത്തിന് ശേഷമുള്ള പിൽക്കാല വായനകളിൽ ചിലതൊക്കെ അപൂർണ്ണമാണെന്നോ വേണ്ടത്ര ശരിയായില്ലെന്നോ ഒക്കെ തോന്നിയിട്ടുണ്ട്. പക്ഷേ അവയെ ഒക്കെ അതേപടി വിടുകയാണ് പതിവ്. പക്ഷേ രണ്ടു മൂന്നു നോവലുകളിലെ ദുർമ്മേദസ്സ് പിന്നീട് അലട്ടാൻ തുടങ്ങിയപ്പോൾ വെട്ടിത്തിരുത്തി പുതിയ പതിപ്പുകൾ പുറത്തിറക്കാൻ മിനക്കെട്ടിട്ടുണ്ട്.

വായനക്കാരന് വേണ്ടി വിട്ടുവീഴ്ചകൾ ചെയ്യാൻ തയ്യാറല്ലെങ്കിലും എന്നേക്കാൾ ഒരു പടി മുകളിലാണ് ചില വായനക്കാർ എന്ന പൂർണ്ണ ബോദ്ധ്യം എന്നും എന്നെ നിയന്ത്രിച്ചിട്ടുണ്ട്. എഴുത്തിന്റെ ഒരു ഘട്ടത്തിൽ മാതൃഭൂമി പത്രാധിപരായിരുന്ന എം.ടി. വാസുദേവൻ നായർ തന്ന വിലപ്പെട്ട ഉപദേശം എപ്പോഴും ഓർക്കാറുണ്ട്.

'ഇപ്പോൾ നിങ്ങൾക്കൊക്കെ അല്പം പേരുള്ളതുകൊണ്ട് നിങ്ങൾ അയയ്ക്കുന്നതൊക്കെ ഞങ്ങൾ പ്രസിദ്ധീകരിച്ചുവെന്ന് വരാം. പക്ഷേ സ്വന്തം രചനയുടെ നിലവാരം കാത്തുസൂക്ഷിക്കാൻ ശ്രദ്ധിക്കേണ്ടത് കഥാകൃത്തു തന്നെയാണ്.'

വിശേഷാൽ പ്രതികളിൽ എഴുതുന്നവരെ പലരും പരിഹസിച്ചിരുന്ന ഒരു കാലമുണ്ടായിരുന്നു. ചില മുതിർന്ന എഴുത്തുകാർക്ക് അത്തരം സന്ദർഭങ്ങളിൽ മാത്രമേ എഴുതാൻ

കഴിയൂ എന്ന കുറ്റപ്പെടുത്തൽ തന്നെ. ഇത് കുറെയൊക്കെ ശരിയാണെങ്കിലും അതിൽ അതിശയോക്തിയുടെ അംശം കൂടിയുണ്ട്. ഇത്തരം പല സൃഷ്ടികളും തീരെ മോശമാണെന്ന് പറയാനാവില്ല. ചില സന്ദർഭങ്ങളിൽ അടുത്ത സൗഹൃദം പുലർത്തുന്ന ചില പത്രാധിപർമാർ ആവശ്യപ്പെടുമ്പോൾ ഞാനും ചില കഥകൾ എഴുതിക്കൊടുത്തിട്ടുണ്ട്. സഹജമായ മടികൊണ്ട് എഴുതാതെ മാറ്റിവച്ചിരുന്ന പലതും അങ്ങനെ വെളിച്ചം കണ്ടിട്ടുണ്ട്. അതുപോലെ തന്നെ ഏറെക്കാലം ഉള്ളിൽ അമർന്നു കിടന്നിരുന്ന ചില വിത്തുകൾ ഇത്തരം ചില അവസരങ്ങളിൽ മുള പൊട്ടിയിട്ടുമുണ്ട്. പിന്നീട് എന്റെ പ്രിയപ്പെട്ട കഥകളുടെ കൂട്ടത്തിൽ അവയെ ചേർക്കാനും പറ്റിയിട്ടുണ്ട്.

ഈയിടെ ഒരു പത്രാധിപർ ആവശ്യപ്പെട്ട കുറിപ്പിന്റെ വിഷയം ഇതായിരുന്നു എന്റെ എഴുത്ത് എനിക്ക് എന്ത് തന്നു?

അതിനുള്ള ഉത്തരം തേടുമ്പോൾ എന്റെ ഉള്ളിൽ ഉയർന്നു വന്നത് ഒരു മറു ചോദ്യമായിരുന്നു. എഴുത്തു എനിക്ക് എന്തൊക്കെയാണ് തരാതിരുന്നത്? അതൊക്കെ എണ്ണിപ്പറയാൻ ബുദ്ധിമുട്ട് തന്നെ.

തികച്ചും വ്യത്യസ്തമായ, വിപരീത ധ്രുവങ്ങളിലുള്ള രണ്ടു മേഖലകളിൽ നീണ്ടകാലം പ്രവർത്തിക്കേണ്ടി വന്നപ്പോൾ നേരിടേണ്ടി വന്ന വെല്ലുവിളികൾ നിരവധിയായിരുന്നു. ഒന്ന് തികച്ചും യഥാതഥമായ തൊഴിൽ മേഖലയാണെങ്കിൽ മറ്റേത് സ്വപ്നസമാനമായ എഴുത്തിന്റെ ലോകവും. പ്രത്യേകിച്ചും എന്റെ രീതിയിലുള്ള എഴുത്ത്. ഏറെക്കുറെ യഥാതഥമല്ലാത്ത രീതിയിലുള്ള എഴുത്ത്. പക്ഷേ ഇവ രണ്ടും എനിക്കറിയാത്ത ഏതോ തലങ്ങളിൽ പരസ്പരം പൂരിപ്പിച്ചു കൊണ്ടിരുന്നത് എന്നെ വല്ലാതെ അത്ഭുതപ്പെടുത്തിയിട്ടുണ്ട്.

വേറൊരു വിധത്തിൽ പറഞ്ഞാൽ മാനേജ്മെന്റ് തലത്തിലുള്ള എന്റെ പ്രവർത്തനങ്ങൾക്ക് ആക്കവും വൈവിദ്ധ്യവും നൽകിക്കൊണ്ടിരുന്നത് എന്റെ സർഗ്ഗാത്മക പ്രവർത്തനങ്ങൾ തന്നെയായിരിക്കണം. അശാന്തമായ മനസ്സുകളുടെ പിടി വിട്ട യാത്രകളെ പിന്തുടരാൻ ശ്രമിക്കുന്ന ഒരു എഴുത്തുകാരനെ സംബന്ധിച്ചിടത്തോളം ഭാവനയുടെ തലത്തിൽ നിന്നുള്ള ഇറങ്ങിക്കയറ്റം അത്രയ്ക്ക് എളുപ്പമല്ല.

പക്ഷേ ഭാഗ്യമെന്ന് പറയട്ടെ, നിരന്തരമായ ശ്രമം കൊണ്ട് ഈ രണ്ടു രംഗങ്ങൾ തമ്മിലുള്ള സ്വിച്ച് ഓഫും ഓണും എനിക്ക് സാധിച്ചു കൊണ്ടിരുന്നു.

ഏത് ചുറ്റുപാടിനെയും വേറിട്ട കണ്ണുകളോടെ കാണാനും വിലയിരുത്താനും സാധിച്ചിരുന്നത് ഈ സിദ്ധി കൊണ്ടു തന്നെയായിരിക്കണം. ഉദാഹരണങ്ങൾ നിരവധി. പല കുഴഞ്ഞ പ്രശ്നങ്ങൾക്കും അങ്ങനെയാണ് ഉത്തരം കിട്ടിക്കൊണ്ടിരുന്നത്. എന്തിനും ഏതിനും രണ്ടു വഴികളു ണ്ടാകാമെന്ന ഉൾവിളി പലപ്പോഴും ഉണ്ടായിട്ടുണ്ട്. നേരെ കാണുന്ന വഴിക്കപ്പുറമായി മറ്റാർക്കും കാണാനാവാത്ത, കുറച്ചു കൂടി മെച്ചപ്പെട്ട മറ്റൊരു വഴി. ഒരുപക്ഷേ ഒരു സ്രഷ്ടാവിന് മാത്രം തെളിഞ്ഞു കിട്ടുന്ന വഴി.

അതുപോലെതന്നെ ജോലിയിൽ നിന്ന് കിട്ടിയിരുന്ന സ്ഥിര വരുമാനവും സുരക്ഷിതത്വവും എഴുത്ത് ജീവിത ത്തിന് നൽകിയിരുന്ന അയവ് ചെറുതല്ല. എഴുതിയില്ലെ ങ്കിലും ജീവിക്കാമെന്ന ഉറപ്പ്. ജീവിക്കാൻ വേണ്ടി എഴു തേണ്ടി വരികയെന്ന് വന്നാൽ നിലവാരം നോക്കാതെ വല്ലതുമൊക്കെ എഴുതിക്കൂട്ടേണ്ടി വന്നേക്കും. എഴുതി ജീവിക്കാമെന്ന ധൈര്യം ഒരിക്കലും ഉണ്ടായിരുന്നില്ല. പണ്ടത്തെ കാലത്ത് എഴുത്തിൽനിന്ന് കിട്ടിയിരുന്ന വരു മാനം തുച്ഛമായിരുന്നു. ഇന്നു സ്ഥിതി കുറച്ചൊക്കെ മാറി യിട്ടുണ്ടെന്ന് മാത്രം.

തൊഴിലിൽ നിന്നു കിട്ടിക്കൊണ്ടിരുന്ന അംഗീകാര ങ്ങൾക്കും സൗഭാഗ്യങ്ങൾക്കും ആയുസ്സ് കുറവാണെന്ന് ആദ്യമേ അറിയാമായിരുന്നതുകൊണ്ട് കളം മാറ്റം എളുപ്പ മായിരുന്നു. ഒരു കസേരയിൽ ഇരിക്കുമ്പോൾ തോന്നുന്ന വലിപ്പം ആ കസേരയുടേത് മാത്രമാണെന്ന തിരിച്ചറിവ് തുടക്കത്തിലേ ഉണ്ടായിരുന്നു. ആ കസേരയിൽ നിന്നു ഇറങ്ങുന്നതോടെ താനെ മാഞ്ഞുപോകുന്നവ. എന്നാൽ തികച്ചും വ്യത്യസ്തമാണ് എഴുത്തിന്റെ ലോകം.

ഒരു എഴുത്തുകാരനും കലാകാരനും കുറെ കാലത്തേ ക്കെങ്കിലും ജനമനസ്സിൽ സ്ഥാനമുണ്ടാകുക സ്വാഭാവി കമാണ്. സ്വന്തം ജീവിതകാലത്തു തന്നെ വിസ്മരിക്ക പ്പെടുക എന്നത് അങ്ങേയറ്റം വേദനാകരമാവും അയാൾക്ക്. എന്നെ സംബന്ധിച്ചാണെങ്കിൽ ഏറ്റവും ആശ്വാസം കുറെ

വായനക്കാരെങ്കിലും ഇന്നും എന്റെ രചനകൾ വായിക്കുന്നുണ്ടെന്നതാണ്. തലമുറമാറ്റത്തോടൊപ്പം അഭിരുചികളും മാറുന്നത് സ്വാഭാവികമാണ്. അതുകൊണ്ട് അവനവന്റെ കാലശേഷവും തന്റെ പേര് നിലനിൽക്കുമെന്ന വ്യാമോഹം എനിക്കില്ല. കാലത്തെ കടന്നുപോകാൻ കെൽപ്പുള്ളവർ നന്നെ കുറവായൊരു കാലഘട്ടത്തിലാണ് നാം ജീവിക്കുന്നത്.

അവാർഡുകളും പദവികളും എളുപ്പത്തിൽ വിസ്മരിക്കപ്പെട്ടേക്കാം. ഒരു ഘട്ടം കഴിഞ്ഞാൽ അവ അവശേഷിക്കുക പുസ്തകങ്ങളിൽ ചേർത്തിട്ടുള്ള ഹ്രസ്വമായ ജീവചരിത്രക്കുറിപ്പുകളിൽ മാത്രമായിരിക്കും. ഒരുപക്ഷേ അവാർഡുകളുടെ പ്രധാന ഗുണം അതിലൂടെ ഒരാളുടെ പുസ്തകങ്ങൾ കൂടുതൽ വായനക്കാരിലേക്ക് എത്തുന്നു എന്നതാണ്.

ചുരുക്കിപ്പറഞ്ഞാൽ, ഔദ്യോഗിക ജീവിതത്തിൽ നിന്ന് വിരമിച്ച ശേഷം ആ രംഗത്തെ എന്റെ നേട്ടങ്ങളും കോട്ടങ്ങളും ഇന്ന് ഓർക്കുന്നവർ ചുരുക്കമായിരിക്കും. പക്ഷേ ഒരു എഴുത്തുകാരനെന്ന നിലയിൽ ഞാൻ ഇന്നും അറിയപ്പെടുന്നു എന്നത് തന്നെ ഒരു പ്രധാന കാര്യമാണ്. അതുകൊണ്ട് ആത്യന്തികമായ വിശകലനത്തിൽ താഴ്ന്നു നിൽക്കുന്നത് എഴുത്തിന്റെ തട്ട് തന്നെ.

ഇതൊക്കെ കൊണ്ടുതന്നെയാണ് അഞ്ചര പതിറ്റാണ്ടിനുശേഷവും ഈ പ്രായത്തിലും എഴുത്തു തുടരാനുള്ള ഊർജ്ജം കിട്ടുന്നത്. ഉറങ്ങാൻ കിടക്കുമ്പോൾ, പാതിയുറക്കത്തിൽ, പുലർകാലങ്ങളിൽ ചില സവിശേഷ രൂപങ്ങൾ എന്നെ തട്ടി ഉണർത്താറുണ്ട്. മിക്കതും മുമ്പ് കണ്ടു പരിചയമില്ലാത്തവർ. അടിമനസ്സിന്റെ ആഴങ്ങളിലെ ചതുപ്പുകളിൽ പൂണ്ടു കിടക്കുന്നവർ. മിക്കവരും എനിക്ക് നേർ പരിചയമുള്ളവരല്ല. പക്ഷേ അവരുടെ അവസ്ഥകൾ എന്നെ അലട്ടാറുണ്ട്. ആ വേറിട്ട അവസ്ഥകളിൽ നിന്നാണ് കുടത്തിൽ നിന്ന് രക്ഷപ്പെടുന്ന ഭൂതത്തെപ്പോലെ പുകച്ചുരുളുകളായി അവർ എന്നെ അലട്ടാനെത്തുന്നത്. ഒരു കഥാപാത്രം രൂപം കൊള്ളുന്നത്. ഒരു കഥയോ നോവലോ പിറക്കുന്നത്. അത്തരം അനുഭവങ്ങൾ നിരവധി.

അങ്ങനെ കുറെയേറെ എഴുതിക്കൂട്ടി. പല സമാഹാരങ്ങളും ഇറങ്ങി. കുറേക്കാലം മുമ്പ് അതേവരെയുള്ള

സമ്പൂർണ്ണകഥകൾ രണ്ടു വാല്യമായി പൂർണ്ണ ബുക്സ് പ്രസിദ്ധീകരിക്കുകയും ചെയ്തു.

ആറ് കഥകളുണ്ട് ഈ സമാഹാരത്തിൽ. അവയെപ്പറ്റി എന്തെങ്കിലും പറയണമെന്ന് തോന്നുന്നില്ല. പലതും അതത് കാലത്തെ തോന്നലുകൾ അനുസരിച്ചു എഴുതപ്പെട്ടവ. പക്ഷേ അക്കൂട്ടത്തിൽ കാന്താബായിയെ എനിക്കിഷ്ടമാണ്. എഴുത്തിന്റെ പല ഘട്ടങ്ങളിലും അവരുടെ അവസ്ഥ എന്നെ വല്ലാതെ അലട്ടിയിട്ടുണ്ട്.

ഈ കഥാസമാഹാരം എന്റെ പ്രിയപ്പെട്ട വായനക്കാർക്കായി സമർപ്പിക്കുന്നു.

■

കഥകൾ

ചില മാരിക്കാലചിന്തകൾ

ഞങ്ങളുടെ നാട് ഒരു കൺടെയിന്റ്മെന്റ് സോണായല്ലോ എന്ന് സങ്കടപ്പെട്ടത് മോഹനായിരുന്നു. തിരുവനന്തപുരത്തു ഒരുപാട് കാലം ഒപ്പം പണിയെടുത്ത മോഹൻ.

പക്ഷേ അത് കേട്ടപ്പോൾ കാര്യമായൊന്നും തോന്നിയില്ലെനിക്ക്. കാരണം, കുറെ നാളായി അങ്ങനെയൊരു പൊട്ടപ്പേര് ഈ നാട്ടിൻ പുറത്തിനുണ്ടല്ലോ. അതുകൊണ്ട് 'ശ്' എന്ന മട്ടിൽ ഞാനിരുന്നപ്പോൾ മോഹൻ ശരിക്കും അന്തിച്ചു പോയിരിക്കണം. പറഞ്ഞത് കേട്ടില്ലെന്ന തോന്നലിൽ മോഹൻ ചോദിച്ചു.

''ഞാൻ പറഞ്ഞത് കേട്ടാരുന്നോ?''

''ആ...''

''ടിവി ന്യൂസ് കണ്ടാരുന്നോ?''

''ഇല്ല.''

''എന്തേ?''

''കാണണംന്ന് തോന്നാറില്ല.''

''എന്നാൽ ഇതൊന്ന് കാണൂ.''

''അതപ്പോഴേ പറന്നു പോയിരിക്കും... അല്ലെങ്കിലും ആർക്കു വേണം കെട്ട കാലത്തിന്റെ തുണ്ടുകൾ?''

''മൈ ഗോഡ്! എന്തേയിങ്ങനെ?''

''കുറെ കണക്കുകളും ശതമാനങ്ങളും. അങ്ങനെ മനുഷ്യജന്മം കുറെ അക്കങ്ങളിൽ ഒതുങ്ങുന്നു. വേർപെടുന്ന പ്രിയപ്പെട്ടവർ പോലും വെറും എണ്ണമായി മാറുന്നു.''

''അതൊക്കെ അറിഞ്ഞിരിക്കണ്ടേ?'' വിടുന്നില്ല മോഹൻ.

''വേണംന്ന് തോന്നാറില്ല്യാ. എന്തോ പോലെ തോന്നും.''

''അത്രയ്ക്കങ്ങ് മരവിച്ചോ മനസ്സ്?''

''അങ്ങനേം പറയാം...''

ഇത്തിരി നേരത്തേക്ക് മോഹൻ മിണ്ടിയില്ല. ഇതെന്ത് സൃഷ്ടി യെന്ന് ആലോചിക്കുന്നുണ്ടാകും.

''കൊറെ നേരായി തന്നെ വിളിക്കാൻ നോക്കണൂ. കിട്ടിയില്ല. അങ്ങനെ പലരേം വിളിച്ചു നോക്കി, വല്ല കൊഴപ്പോം ഉണ്ടോന്നറി യാൻ.'' മോഹൻ പരിഭ്രമിച്ചിരിക്കുന്നു.

''ഹമ്മേ...''

''നിങ്ങടെ ജില്ലയിൽ ഏറ്റവും കൂടുതൽ കേസുകൾ നിങ്ങടെ പഞ്ചായത്തിലാ... ഇനി നാലു ചുറ്റും വേലി കെട്ടും പൊലീസ്.''

''ങ്ഹേ...''

''ട്രിപ്പിളാക്കുമെന്നാ കേക്കണേ.''

അതെന്താണെന്ന് ചോദിക്കുന്നതിന് മുമ്പ് അയാൾക്ക് പറയാ നുണ്ടായിരുന്നത് ജില്ല തിരിച്ചുള്ള കുറെ കണക്കുകളായിരുന്നു. ഒടുവിൽ എന്റെ മൂളൽ കിട്ടാത്തതുകൊണ്ടാകാം മോഹൻ ചുവട് മാറ്റി.

''വാക്സിൻ കുത്തിയോ?''

''ആ...''

''രണ്ടും?''

''ഓ.''

''രണ്ടു പേർക്കും?''

''ആ...''

മടുത്തിട്ടായിരിക്കണം, എന്തോ പിറുപിറുത്തു കൊണ്ട് മോഹൻ ഫോൺ താഴെ വച്ചു.

എനിക്കതിൽ അതിശയം തോന്നിയില്ല. കാരണം, ഈയിടെ യായി കരയും കടലും കടന്നു വരുന്ന വിളികളിൽ കേൾക്കാറുള്ള ആദ്യ ചോദ്യം വാക്സിൻ കിട്ടിയോ എന്നാവും. കിട്ടിയെങ്കിൽ ഏതു വാക്സിൻ? അല്ലെങ്കിൽ രണ്ടും കിട്ടിയോ എന്ന്. ശരിയാണ്, വേറൊന്നും ചോദിക്കാനില്ല ആർക്കും. കാര്യങ്ങൾ കുഴഞ്ഞു മറിയുകയാണ്.

ഒന്നും ചെയ്യാനില്ലാത്തപ്പോൾ കുറെ പഴയ ഓർമ്മകൾ പതുങ്ങി യെത്തുന്നു. വേണ്ടതും വേണ്ടാത്തതുമായ ഓർമ്മകൾ.

''കെട്ട ഹാലം വര പോറതയ്യാ, കെട്ട ഹാലം വര പോറത്!'' എന്ന മുന്നറിയിപ്പ് തന്ന വാലു മൂപ്പനെപ്പറ്റി എഴുതിയത് 'അടയാള ങ്ങൾ' എന്ന നോവലിൽ. ഒരു നാൾ ഊരരിലെ മൂത്ത ജാംബവാനെ

തേടിയെത്തിയത് ചേതമില്ലാത്ത ഒരു പേക്കിനാവ്. കറുത്ത വാവുകൾ എണ്ണി മടുത്ത കാരണവർ പരിണാമചക്രത്തിന്റെ മറുതിരിച്ചിലിൽ ഒരു വാൽ മുളച്ചു തുടങ്ങിയത് അറിഞ്ഞതുതന്നെ എത്രയോ വൈകി.

അതേ വാലുമൂപ്പന് തന്നെ പിന്നീടൊരിക്കൽ വിളിച്ചു കൂവേണ്ടി വന്നു.

''നല്ല ഹാലം വര പോറതയ്യാ, നല്ല ഹാലം വര പോറത്...''

അപ്പോഴേക്കും മൊരി പടർന്ന വാലിന്റെ പാതിയും കൊഴിഞ്ഞു പോയിരിക്കണം. അത് പരിണാമചക്രത്തിന്റെ ഒരു മറുതിരിച്ചിൽ...

അച്ചുകുത്തുപിള്ളമാരെ പേടിച്ച് ജനം കുടിയിൽ ഒളിച്ചിരുന്ന ഒരു കാലമുണ്ടായിരുന്നു. ഇപ്പോൾ ഒളിക്കുന്നത് പിള്ളമാരാണ്. കാരണം, അവരുടെ കൈയിൽ കുത്തുമരുന്നില്ല. നാടാകെ ആശുപത്രികളുണ്ടെങ്കിലും മരുന്ന് ദില്ലിയിൽനിന്ന് വരണം. ഉള്ള മരുന്നിൽ പാതിയും വെള്ളക്കാർക്കായി കേറ്റിയയച്ചുവെന്നൊരു പൊട്ടപ്പേരും.

കർഷകത്തൊഴിലാളികളടക്കം നിത്യക്കൂലി കൊണ്ട് മാത്രം ജീവിക്കുന്ന ഒരുപാട് പേരുണ്ട് ഞങ്ങളുടെ നാട്ടിൽ. പണിയില്ലാതെ അവരൊക്കെ ജീവിക്കുന്നതെങ്ങനെ? കുത്തിവെയ്പില്ലാതെ അവർക്കു ചുറ്റും മറ തീർക്കുന്നതെങ്ങനെ?

തർക്കിച്ചാൽ ഇരിയവിടെ! അല്ലെങ്കിൽ സ്റ്റാന്റ്പ്പോൺ ദ ബഞ്ച്.

അപ്പോൾ അങ്ങനെയൊക്കെയാണ് കാര്യങ്ങൾ.

ഏതാണ്ട് ഒരു നൂറ്റാണ്ട് മുമ്പ് നിഘണ്ടു എഴുതിയ ടി. രാമലിംഗം പിള്ള കൺടെയിന്റ്മെന്റിനെ 'ഒതുക്കിയിടൽ' എന്നാണ് വിളിച്ചത്. കാലം കഴിയുന്തോറും ഇരുന്നിരുന്ന് ടി പിള്ളയുടെ പറച്ചിലിന്റെ വീര്യം കൂടുന്നു. ഇന്ന് ഏതൊക്കെ തരം ഒതുക്കിയിടലുകളാണ് നമ്മടെ നാട്ടിൽ?

നോ ചോദ്യം. സ്റ്റാന്റ്പ്പോൺ ദ ബഞ്ച്!

ഒരു കാലത്ത് അതിരുകളില്ലാത്ത ലോകത്തൂടെ കൈവീശി പറന്നു നടന്നിരുന്ന ഞാൻ ഇപ്പോൾ ഞങ്ങളുടെ മതിൽക്കെട്ടിന്റെ തടവിലാണ്. അതുകൊണ്ട് പൊലീസുകാർ വേലി കെട്ടുന്നത് കാണാനായില്ല. പണ്ട് ചേന്ദമംഗലത്തെ പറമ്പിനു ചുറ്റും മുൾവേലി കെട്ടിയിരുന്നത് മൂപ്പന്മാരായിരുന്നല്ലോ.

കഴിഞ്ഞ ഒരു കൊല്ലത്തിനുള്ളിൽ ആ അതിർവര കടന്നത് മൂന്നേ മൂന്ന് തവണ മാത്രം. ഫെബ്രുവരി മൂന്നിന് ശേഷം മൂന്നേ മൂന്ന്. ഖസാക്കിനെയും വിജയനെയും പറയാനായി ജനുവരി മുപ്പത്തൊന്ന്

രാത്രി സിംഗപ്പൂർക്ക് വിടുമ്പോൾ വിമാനത്തിൽ മുഖം മറച്ചവർ നാലഞ്ച് പേർ മാത്രം. അതും അസ്സൽ മഞ്ഞത്തൊലിയുള്ളവർ.

ഖസാക്കിനെയും വിജയനെയും കേൾക്കാൻ ഹാളിൽ ആളുകൾ കുറവായതിൽ സങ്കടമായിരുന്നു സംഘാടകർക്ക്. നേരിൽ കാണാനാവാത്ത ഏതോ ശെയ്ത്താനെ പേടിക്കാൻ തുടങ്ങിയിരിക്കുന്നത്രെ നാട്ടുകാർ.

എന്തായാലും ഞാൻ അവിടെയിരുന്ന് ദില്ലിയിലെ പഴയ വിജയനെ ഓർത്തു. കൊണാട്ട് പ്ലേസിനെയും കേരളാക്ലബ്ബിനെയും അവിടത്തെ വെള്ളിയാഴ്ചകളെയും ഓർത്തു. ഖസാക്കിന്റെ തുടക്കവും ഒടുക്കവും ഓർത്തു. വായനക്കാരുടെ കത്തുകൾക്കായി ക്ഷമയില്ലാതെ കാത്തിരുന്ന വിജയനെ ഓർത്തു. കത്തുകൾ വരാതായപ്പോൾ, മലയാളികളുടെ വായനാശീലത്തെ പഴിച്ച പാവം വിജയനെ ഓർത്തു.

കഥയുടെ ഒടുവിൽ രവിയെ കൊത്തിയ പാമ്പല്ലേ ചാവേണ്ടതെന്ന എന്റെ സംശയത്തിന് ഇല്ലാത്ത താടിയുഴിഞ്ഞു, വല്ലാത്തൊരു ചിരി ചിരിച്ച്, വിജയൻ പറഞ്ഞു. ‘‘രണ്ടും ചത്തു കാണും. ആദ്യം ആരാവുംന്നാ സംശം.’’

മടങ്ങി നെടുമ്പാശ്ശേരിയിലെത്തിയപ്പോൾ അവിടെ ആരോഗ്യ വകുപ്പിന്റെ കൗണ്ടർ തുടങ്ങിയിരുന്നു. എന്നെയും ഒപ്പമുണ്ടായിരുന്ന നാരായണദാസിനേയും ചിത്രഭാനുവിനേയും പരിശോധിച്ചുവെന്ന് മാത്രമല്ല, സിംഗപ്പൂർ എന്നല്ലാതെ മറ്റൊരു നാടിനെയും കുറിച്ചു മനസ്സിൽ നിരൂപിക്കുക പോലും ചെയ്തില്ലെന്ന് ഒപ്പിട്ടു കൊടുക്കുകയും ചെയ്തു.

പിന്നീടങ്ങോട്ട് പലതരം കോലാഹലങ്ങളായി.

നേരം വെളുത്താൽ ഉടനെ അറിവുകളുടെ കുത്തൊഴുക്കായി. ടീവിയിൽ, പത്രത്തിൽ. കമ്പ്യൂട്ടറോ ഫോണോ തുറന്നാൽ അതിലൂടെയും. അറിവിന്റെ കേട്ടതും കേൾപ്പിച്ചതുമായ തുണ്ടുകൾ വാക്കുകളായി, കാഴ്ചകളായി, ശബ്ദങ്ങളായി ഒഴുകി നടക്കുന്നു. എന്തു ചപ്പും ചവറും വാട്ട്സാപ്പിലൂടെ വേലിക്കപ്പുറത്തേക്കെറിയുന്ന നടപ്പുകാല സംസ്കാരം. അതുകൊണ്ട് അതൊന്നും തുറക്കാതെ അടിച്ചുകളഞ്ഞ് ചുറ്റും തടയിടുന്നു. അതിനിടയിൽ അറിയാതെ കാതിൽ വീണൊരു തുണ്ടാണ് ‘വകഭേദങ്ങൾ.’ ശെയ്ത്താൻ പല രൂപത്തിലും വരുമെന്ന് ബഷീർ പറഞ്ഞത് എത്രയോ ശരി. ഇതേവരെ കണ്ടതല്ല, വമ്പൻ വകഭേദങ്ങൾ ഇനിയും വരാനിരിക്കുന്നത്രെ. അക്ഷരമാലയിൽ വേണ്ടത്ര ഇടമുണ്ട്.

ഈയിടെ പത്രത്തിൽ മുന്നോക്കക്കാരുടെ പട്ടിക കണ്ടപ്പോൾ അന്തം വിട്ടു പോയി. നായന്മാർക്കും എത്രയോ വകഭേദങ്ങൾ! അപ കടകാരികളല്ലാത്ത തരംതിരിവുകൾ.

ഉമ്മറത്ത് നിന്ന് കാണാവുന്ന മെയിൻ റോഡിലൂടെ പല തരം വണ്ടികളാണ് മുമ്പ് ചീറിപ്പാഞ്ഞുപോയിരുന്നത്... ഇപ്പോൾ അതേ വണ്ടികൾ കലങ്ങിയ കണ്ണുമായി പുറകെ കരഞ്ഞു കൊണ്ടു വരുന്ന ചുവന്ന വണ്ടികൾക്ക് വഴി മാറിക്കൊടുക്കുന്നു. പേടിപ്പിക്കുന്ന കരച്ചി ലുകൾ...

പണ്ട് ഞങ്ങളുടെ നാട്ടിൻപുറത്തെ എല്ലാ മരണങ്ങൾക്കും കണിശമായ മുന്നടയാളങ്ങളുണ്ടായിരുന്നു. കാലൻകോഴികളുടെ കൂവൽ. കാലന്റെ സവാരിയായ പോത്തിന്റെ ചുര മാന്തൽ, അമറൽ. ചിതയൊരുക്കാനുള്ള മാന്തടിയിലെ കോടാലിയൊച്ച. അതുകൊണ്ടു എന്റെ ആദ്യകാല കഥകളിൽ കാലൻകോഴിയും പോത്തും കോടാ ലിയും നിർബ്ബന്ധമായിരുന്നു. ഈ അനുസാരികളില്ലാതെ എന്റെ അടുപ്പിൽ കഥ വേവാറില്ല. ഇപ്പോൾ കാലം മാറി. കാലന്റെ സവാ രിക്കും കരയാനുമായി ആംബുലൻസുകളുണ്ട്. എന്തുമെരിക്കുന്ന വൈദ്യുതി അടുപ്പുകളുള്ളപ്പോൾ വിറകുകളെന്തിന്?

കഴിഞ്ഞ വർഷം ആംബുലൻസിനെപ്പറ്റി ഞാനൊരു കഥയെ ഴുതി. വേണ്ടത്ര ഉപയോഗിച്ച ശേഷം ആരോ റോഡിൽ തള്ളിയ പാവപ്പെട്ട പെൺകുട്ടിക്ക് തുണയായ പൊന്നപ്പൻ ഡ്രൈവറുടെ കഥ. തക്ക സമയത്ത് അവൾക്ക് ഉതവിയായ ബൈക്ക് യാത്രക്കാരനായ ചെറുപ്പക്കാരൻ. ഇപ്പോൾ കണ്ണീരൊഴുക്കി പോകുന്ന വണ്ടികളിലും കാണും എത്രയോ നല്ലവരായ പൊന്നപ്പന്മാർ... പിന്നീട് അതേ പേരിൽ കഥാസമാഹാരമിറക്കിയപ്പോൾ ഡീസിക്കാർ കവറിൽ ആംബുലൻസിന്റെ കത്തുന്ന കണ്ണുകൾ വരച്ചു വച്ചു...

അതൊക്കെ പോട്ടെ.

അച്ചുകുത്തിനായി നെട്ടോട്ടമാണ് ജനം. പോർട്ടലിന്റെ കിളിവാതിൽ തുറക്കുന്നതിനേക്കാൾ വേഗത്തിൽ അടയുന്നു. ഒരു ഡോക്ടർ സുഹൃത്തിന്റെ സഹായത്തോടെ ഞങ്ങൾ എങ്ങനെയോ രക്ഷപ്പെട്ടു. വിധിയാം വണ്ണം രണ്ടു കുത്തും കിട്ടി.

പക്ഷേ, ഞങ്ങളുടെ പറമ്പിൽ പണിയെടുക്കുന്ന കുഞ്ഞുമോനും മോഹനനും അവരുടെ കുടുംബത്തിനും മരുന്ന് കിട്ടിയിട്ടില്ല. ഇക്കാ ര്യത്തിൽ അവരേക്കാൾ ബേജാറ് ഞങ്ങൾക്കായിരുന്നു. തലമുറ കളായി ഞങ്ങളുടെ പറമ്പിൽ പണിയെടുത്തിരുന്നത് അവരായിരു ന്നല്ലോ. പോർട്ടലിൽ റജിസ്ത്രാക്കാനായി ആധാറും ഫോണും കൊണ്ടു വന്നപ്പോൾ കുഞ്ഞുമോൻ പി.സി. ശശിയായി. കുത്തേണ്ട

സ്ഥലവും തിയതിയും തെരഞ്ഞു ഫോണും ആധാറുമായി പോർട്ടലിനോട് പല ദിവസം മല്ലിട്ട് ഒടുവിൽ ഞാൻ അടിയറവ് പറഞ്ഞു. ക്ഷമയുള്ള ചെറുപ്പക്കാരെ കണ്ടെത്താൻ പി.സി. ശശിയോട് പറയേണ്ടി വന്നു.

നിലവിൽ രണ്ടു മരുന്നുകൾ മാത്രമേയുള്ളൂ. അതിൽ മെച്ചമേതെന്നുള്ള തർക്കം നടക്കുന്നതിനിടയിൽ വേറെയും ചില മരുന്നുകൾ വരാൻ പോകുന്നുവെന്ന് കേൾക്കുന്നു. മാരിയുടെ മൂന്നാം വരവുണ്ടാകുമെന്ന കേൾവിയുമുണ്ട്.

ഇതിനിടയിൽ 'ഒതുക്കിയിടൽ' നീട്ടി നീട്ടി പോകുന്നുണ്ട് സർക്കാർ. ശതമാനം പത്തിൽ താഴെയാക്കാൻ ആഞ്ഞു പിടിച്ചേ പറ്റൂ.

പക്ഷേ, ഒതുക്കിയിടൽ നീളുമ്പോൾ, കുത്തിവയ്പ് നീളുമ്പോൾ, കഷ്ടപ്പെടുന്നത് നിത്യവരുമാനമില്ലാത്ത സാധാരണ തൊഴിലാളികളാണ്...

ആരും വരാനില്ലാത്ത, ആരും പോകാനില്ലാത്ത, വെയിലും മഴയും മറിയുന്ന പകലുകൾ. മുന്നിൽ പേടിപ്പിച്ചു കൊണ്ട് ലക്ഷ്മണന്റെ വര. കൂട്ടിന് കുറെ ഓർമ്മകളും.

അങ്ങനെ മതിലിനപ്പുറത്തെ പോക്കുവരത്തുകളിൽ കണ്ണും നട്ട്, ഉമ്മറത്തെ ചൂരൽക്കസേരയിൽ വൈകുന്നേരങ്ങൾ തള്ളി നീക്കുന്നു. വളരെക്കാലത്തിന് ശേഷമാണ് മരങ്ങൾക്കിടയിൽ ചിലച്ചു കൊണ്ട് ഓടിക്കളിക്കുന്ന അണ്ണാന്മാരെ വീണ്ടും കാണാൻ തുടങ്ങിയത്. താഴെ പൂച്ചയുടെ കാലൊച്ചകൾ കേൾക്കുമ്പോൾ മുന്നറിയിപ്പായി ചിലയ്ക്കലുകളുടെ താളം മുറുകുന്നു. പിന്നെ നാരായണക്കിളികൾ, ഉപ്പന്മാർ, പൂത്താങ്കിരികൾ... ആമ്പൽക്കുളത്തിൽ മുങ്ങാങ്കുഴിയിടുന്ന കുളക്കോഴികൾ...

മുകളിലെ മുറിയിൽ ഉറങ്ങാൻ കിടന്നിരുന്ന കാലത്താണ് പുലർച്ചക്കിളികളുടെ പേച്ചുകൾക്കായി കാതോർക്കാൻ തുടങ്ങിയത്. ജാലകച്ചില്ലിൽ എതിരാളിയുടെ നിഴൽ കണ്ട് ആഞ്ഞു കൊത്തുന്ന ഇരട്ടവാലന്മാർ. പുലർച്ചയ്ക്കേ ഉണരുന്ന കിളികളുടെ കൊച്ചു കൊച്ചു പരിഭവങ്ങൾ, ഇണക്കങ്ങൾ, പിണക്കങ്ങൾ, കലഹങ്ങൾ. അവർക്കെല്ലാം അവരുടേതായ തനതു മൊഴികളുണ്ടാകും. വെട്ടം വീഴുമ്പോൾ ഇര തേടാനായി പറന്നു പോകുന്ന കുഞ്ഞുങ്ങൾക്ക് കൊടുക്കാനായി തള്ളക്കിളിക്ക് ഒരുപാട് ഉപദേശങ്ങളുണ്ടാകും. വരും കാലം കാണുന്നവരും പറയുന്നവരുമാണ് അവർ.

അക്കാലത്താണ് 'കിളിമൊഴികൾക്കപ്പുറം' എന്ന നോവൽ മാതൃഭൂമിയിലെഴുതിയത്. കിളികളെ മാത്രം ഉള്ളിൽ കൊണ്ടു നടന്ന കാലം.

ഇപ്പോൾ കൂടണയുന്ന അന്തിക്കിളികൾക്കും പങ്കിടാനുണ്ടാകും അന്നന്നത്തെ വിശേഷങ്ങൾ.

ഒന്നും ചെയ്യാനില്ലാത്ത പകലുകൾ. ആരേയും കാണാനാവാത്ത, ആരോടും മിണ്ടാനാവാത്ത അവസ്ഥ. നീണ്ട ഫോൺ വർത്തമാനങ്ങൾ മടുപ്പിച്ചു തുടങ്ങിയിരിക്കുന്നു. അവനവനോട് സംസാരിച്ചിരിക്കാനാണ് രസം.

രാത്രിയായാൽ ആശ്വാസമാണ്. ഉറങ്ങിയും ഉണർന്നും മൂത്രമൊഴിച്ചും നാഴികമണിയിലെ നേരം നോക്കിയും രാത്രികൾ കടന്നുപോകുന്നു.

എന്തായാലും, ഗെയിറ്റ് വരെയെങ്കിലും നടക്കാമല്ലോയെന്ന് പറഞ്ഞ് ഫ്ളാറ്റുകളിലെ സുഹൃത്തുക്കൾ അസൂയപ്പെടുന്നു. നാട്ടിൻപുറം നന്മകളാൽ സമൃദ്ധമെന്ന് പറഞ്ഞ് ഞാൻ ഇരിപ്പുമുറിയിലെ ആമസോണിലൊളിക്കുന്നു.

കൊട്ടകകൾ അടഞ്ഞു കിടക്കുമ്പോൾ സിനിമ കാട്ടാൻ ആമസോണും നെറ്റ്ഫ്ളിക്സും മറ്റു കണകുണ ഒടിടികളുമുണ്ട്. അടുത്തുള്ള ചെറു കടകളുടെ ഷട്ടർ വീഴുമ്പോൾ, സാധനങ്ങൾ കൊണ്ടുവരാനായി ആമസോണും ബിഗ് ബാസ്കറ്റുമുണ്ട്. ഹോട്ടലുകൾ പിണങ്ങുമ്പോൾ തീറ്റപ്പണ്ടങ്ങളുമായി സ്വിഗ്ഗിയും സൊമാറ്റോയുമെത്തുന്നു. മാരിക്കാലത്ത് നാട്ടിൻപുറനന്മകൾ പങ്ക് പറ്റാനായി കടന്നുവരികയാണ് മൾട്ടിനാഷണലുകളും കോർപ്പറേറ്റുകളുമെന്ന് ഞാൻ മാനത്തോട് പരാതിപ്പെടുന്നു.

ഉള്ള സമയം പുസ്തകങ്ങളും ആമസോണും നെറ്റ്ഫ്ളിക്സും ചാനലുകളും കൂടി പങ്കിടുകയാണ്. യൂറോ കപ്പ് തുടങ്ങിയതോടെ പന്തുകളി കണ്ട് ഒരു മാസം തള്ളി. അഞ്ചു കൊല്ലം മുമ്പ് വാഷിങ്ടണിലെ ബന്ധുവിന്റെ വീട്ടിലിരുന്ന് കോപ്പ അമേരിക്ക കളി കണ്ടത് ഓർമ്മയുണ്ട്. ചിലിക്കെതിരായ ഫൈനലിൽ പെനാൽറ്റി ഷൂട്ടൗട്ട് പാഴാക്കിയ ലയണൽ മെസ്സി കരഞ്ഞുകൊണ്ട് അടുത്തൂൺ പ്രഖ്യാപിച്ചാണ് ഗ്രൗണ്ട് വിട്ടത്. പക്ഷേ, മലപ്പുറത്തിന്റെ ഹരമായ മെസ്സി ഇത്തവണത്തെ കോപ്പയിലുമുണ്ട് നീലവരയൻ കുപ്പായത്തിൽ. അടുത്ത വർഷത്തെ ഖത്തർ ലോകകപ്പിലും കാണാതിരിക്കില്ല. മലപ്പുറംകാരെ പിണക്കാനാവില്ല മെസ്സിക്കും റൊണാൾഡോവിനും...

ഈ കാൽപ്പന്തു കഴിഞ്ഞാൽ ക്രിക്കറ്റും വിംബിൾഡനുമുണ്ട്.

സ്കൂൾകുട്ടികളും ഐടിപ്പിള്ളേരും വീട്ടിലിരിക്കാൻ തുടങ്ങിയതോടെ നെറ്റിന് ഉശിര് കുറവ്.

അപ്പോൾ ഓർത്തു പോയത് നെറ്റ് വെറുമൊരു സങ്കല്പം മാത്ര മായിരുന്ന തൊണ്ണൂറുകളെപ്പറ്റിയാണ്. ചെന്നൈയിൽ വച്ച് അതെപ്പറ്റി ഏറെ പഠിച്ചതോടെ ഉള്ളിൽ ആശങ്കകളും സന്ദേഹങ്ങളും പെരുകി. അങ്ങനെ തൊണ്ണൂറ്റിനാലിൽ 'തിങ്കളാഴ്ചയിലെ ആകാശം' എന്ന കഥയെഴുതി. തിങ്കളാഴ്ച നൊയമ്പ് നോറ്റു, നാട്ടിൻപുറത്തെ അമ്പല ത്തിൽ പ്രദക്ഷിണം വയ്ക്കുന്ന, ഒന്നരയും മുണ്ടുമുടുത്ത പാർവ്വതി യേടത്തിയെ ഉപഗ്രഹക്കണ്ണുകളിലൂടെ കണ്ട് കാമിക്കുന്നത് യു.എ സ്സിലെ വിസ്കോൺസിൻ യൂണിവേർസിറ്റിയിൽ മന്ത്രവാദം പഠിപ്പി ക്കുന്ന ജഗതലപ്രതാപൻ എന്ന കാപ്പിരിയും ജർമ്മനിയിലെ കൊളോണിൽ ഒരു മെഡിക്കൽ സ്റ്റോറിൽ പണിയെടുക്കുന്ന മാർഗ റ്റ് എന്ന ലെസ്ബിയനും. അവളുടെ ഒതുങ്ങിയ അരക്കെട്ടിന്റെയും നിറഞ്ഞ നിതംബത്തിന്റെയും ചലനങ്ങൾ കോങ്കണ്ണൻ കാപ്പിരിയെ വല്ലാതെ വെകിളി പിടിപ്പിക്കുന്നുണ്ട്. പക്ഷേ, അയാൾ ഏറെ നേരം കടുന്തുടി കൊട്ടി സൈബർ ആകാശത്തിന്റെ വിശാലതയിൽ ആഭി ചാരമന്ത്രം ഉരുവിട്ടിട്ടും ആ വശ്യമന്ത്രത്തിന് പാർവ്വതിയേടത്തിയുടെ തിങ്കളാഴ്ച വലയം കടക്കാൻ കഴിയുന്നില്ല. വല്ലാതെ ജ്വലിച്ചു പോയ മന്ത്രവാദിയിൽ നിന്ന് ഒലിച്ചിറങ്ങിയ ജീവന്റെ കണികകൾ പിന്നീട് തൂവെള്ള നാലുമണിപ്പൂക്കളായി കുന്നിൻചരിവിൽ വിരിയുന്നു.

ഈ കഥ വായിച്ച അയ്യപ്പപ്പണിക്കർ താൻ വരുംകാലം കാണാൻ തുടങ്ങിയല്ലോയെന്ന് താടിയുഴിഞ്ഞു പറഞ്ഞു. അല്ലെങ്കിലും വരും കാലം? കാണാൻ കഴിയുന്ന തപശ്ശക്തിയുള്ള മാമുനിയല്ലേ പണിക്കർ സാർ?

മദിരാശിയിൽ വച്ച്, കഥയെഴുത്തിൽ സംസ്കൃതപദങ്ങൾക്ക് പകരം തനിമയുള്ള നാടൻ ദ്രാവിഡ വാക്കുകൾ മതിയെന്ന തീട്ടുര മിറക്കിയത് സാക്ഷാൽ ഗോവിന്ദൻ. അതേറ്റു പിടിക്കാനായി ഗോവിന്ദ മണ്ഡലിയും. പിന്നീട് തിരുവനന്തപുരത്ത് വച്ച് പണിക്കർ സാറും അതു തന്നെ പറഞ്ഞു. ഏറെ നാൾ മെയ്‌വഴക്കം കാട്ടിയ വിജയൻ പക്ഷേ ഇടയ്ക്കൊക്കെ സംസ്കൃതത്തിൽ കുളിച്ചു കയറി. പക്ഷേ, ആരും പറയാതെ തന്റെ തട്ടകത്തിൽ തന്നെ ഉറച്ചു നിന്നു പുല്ലു വഴിയിലെ നാണപ്പ മാന്ത്രികൻ. ഓന്റെ കയ്യിലുമുണ്ടല്ലോ ഒരു കടു ന്തുടി.

ഞങ്ങളുടെ മുറ്റത്തിന്റെ വടക്കേ അതിരിൽ എസ്സാർ നായർ വക ഞ്ഞിട്ട രണ്ടു സിമന്റ് കുളങ്ങളുണ്ട്. മേൽക്കുളത്തിൽ വെള്ളത്താമ രകൾ. കീഴ്ക്കുളത്തിൽ ആമ്പലുകളും. പ്രളയത്തിന് മുമ്പ് അതിൽ അഞ്ച് നിറങ്ങളിലുള്ള ആമ്പലുകൾ വിരിഞ്ഞിരുന്നു. ചുവപ്പ്, നീല, വയലറ്റ്, മഞ്ഞ, വെള്ള. എല്ലാം കൊരട്ടിയിലെ നേഴ്സറിയിൽ നിന്ന്

കൊണ്ടുവന്ന് തലോലിച്ച് വളർത്തിയവ. പതിനെട്ടിലെ പ്രളയത്തിൽ ഒഴുകിയെത്തിയ വിഷദ്രാവകങ്ങൾ അവയെയെല്ലാം കൊന്നു തിന്നു. അല്ലെങ്കിലും പാവം പൂച്ചെടികളെപ്പറ്റി പറയാൻ ആരുണ്ട്? നൂറുകണക്കിന് മനുഷ്യജീവനുകളെയല്ലേ പ്രളയം ഒഴുക്കിക്കൊണ്ടു പോയത്. ഞങ്ങൾ തന്നെ ഏറെ കഷ്ടപ്പെട്ടല്ലേ ആ കെട്ട കാലത്തെ അതിജീവിച്ചത്?

പണ്ടേ ഞങ്ങൾ ചേന്ദമംഗലത്തുകാർ കാലത്തെ അടയാളപ്പെടുത്തിയിരുന്നത് പ്രകൃതിയിലെ കടന്നു കയറ്റങ്ങളോട് ചേർത്തായിരുന്നു. അങ്ങനെ എന്റെ അമ്മയ്ക്ക് പോയ കാലം പറയുമ്പോഴെല്ലാം അതിൽ തൊണ്ണൂറ്റൊമ്പതിലെ വെള്ളവും പതിനാറിലെ കാറ്റും കടന്നു വരാതെ വയ്യ. അതുകൊണ്ടാവാം, തൊണ്ണൂറ്റൊമ്പതിനും പതിനാറിനും ശേഷം പിറന്നവരുടെ നെറുകയിൽ പ്രകൃതിയുടെ മുദ്രകൾ പതിഞ്ഞു കിടന്നിരുന്നു. സ്കൂളിൽ മാറാമുദ്രകളായി അവർ കൊടുത്തിരുന്നതും ഇത് തന്നെയായിരിക്കണം.

അതുപോലെ ഇന്നത്തെ കാലഘട്ടവും ഞങ്ങൾ രണ്ടായാണ് പകുത്തിടാറ്. പതിനെട്ടിലെ പ്രളയത്തിന് മുമ്പും അതിനു ശേഷവും. ഇനി ഭാവിയിലെ അതിരായി മാരിക്കാലവുമാകാം!

ആ മഹാപ്രളയത്തെപ്പറ്റി ഇന്നും നടുക്കത്തോടെ മാത്രമേ ഓർക്കാനാവൂ. മരണത്തെ തൊട്ടുമുന്നിൽ കണ്ട നിമിഷങ്ങൾ. അങ്ങുമിങ്ങും വെള്ളം പൊങ്ങിക്കൊണ്ടിരുന്നപ്പോഴും പിടിപ്പുകേടിന്റെ താഴികക്കുടത്തിലിരുന്ന് 'ഉത്തരവാദിത്തപ്പെട്ടവർ' ധൈര്യം തന്നു കൊണ്ടിരുന്നു, പേടിക്കണ്ടാ, എല്ലാം റെഡിമണി. ഒടുവിൽ നന്നെ വെളുപ്പിന് രണ്ട് പേരക്കുട്ടികളുടെ കൈയും പിടിച്ച് ജീവനും കൊണ്ടോടുമ്പോൾ മുറ്റവും നടക്കല്ലുകളും മുങ്ങിക്കഴിഞ്ഞിരുന്നു. പിന്നെ ആ കുറ്റാക്കൂറ്റിരുട്ടത്ത് കൈകോർത്തു പിടിച്ചു, ഇരമ്പിവരുന്ന വെള്ളത്തിനെതിരെ തുഴഞ്ഞ് മെയിൻ റോഡിലേക്ക്... റോഡിലേക്ക് ദൂരം കുറച്ചേ ഉള്ളൂവെങ്കിലും ആ കൂരിരുട്ടിൽ, ഊക്കോടെയുള്ള കുത്തൊഴുക്കിനെതിരെ കൈയിലെ ഭാണ്ഡങ്ങളുമായി നീങ്ങുക എളുപ്പമായിരുന്നില്ല. മാത്രമല്ല, കനത്ത ഇരുട്ടിൽ കാൽക്കീഴിലെ മണ്ണിളകിപ്പോയ കുഴികൾ കാണാൻ വയ്യായിരുന്നു. അങ്ങനെ സൂക്ഷിച്ചു നീങ്ങുമ്പോൾ പലപ്പോഴും എന്റെ കാലുകൾ തെന്നി... ഇടയ്ക്കെപ്പോഴോ കാല് ഒരു കുഴിയിൽ കുടുങ്ങി ഞാൻ മലർന്നടിച്ച് വെള്ളത്തിൽ വീണു. സംഭവിക്കുന്നത് എന്തെന്നറിയാതെ, അതിശക്തമായ കുത്തൊഴുക്കിൽ ഞാൻ പടിഞ്ഞാട്ട് ഒഴുകിപ്പോവുകയായിരുന്നു, കഴുത്ത് മാത്രം ജലപ്പരപ്പിന് മുകളിൽ എന്ന അവസ്ഥയിൽ... ഭാഗ്യത്തിന്, പുറകിലുണ്ടായിരുന്നവർ ചേർന്ന് തടഞ്ഞ്

നിറുത്തി, പണിപ്പെട്ട് പിടിച്ചുയർത്തിയില്ലായിരുന്നില്ലെങ്കിൽ, ഞാൻ ഒഴുകിയൊഴുകി എവിടെയെത്തുമായിരുന്നു? പെരിയാറിൽ? അറബിക്കടലിൽ?

പ്രളയത്തിന് മുമ്പ് ഞങ്ങളുടെ താമരക്കുളത്തിൽ പത്ത് വെള്ളത്താമരകൾ വരെ വിടർന്നുനിന്നിരുന്നു. വെട്ടുവഴിയിലൂടെ പോകുന്നവർ അതിൽ കണ്ണ് വെയ്ക്കുമോ എന്നായിരുന്നു അന്നത്തെ സംശയം. അടുത്തുള്ള സ്കൂളിൽ പോയിരുന്ന കുട്ടികൾ അതിൽ നോട്ടമിടാറുണ്ടെങ്കിലും ചോദിക്കാൻ പേടിയായിരുന്നു അവർക്ക്. എന്നിട്ടും ഒരിക്കൽ സുമലത എന്ന ഏഴുവയസ്സുകാരി മാത്രം ചെറിയൊരു പരുങ്ങലോടെ ഗെയിറ്റ് കടന്നു വരാൻ ധൈര്യപ്പെട്ടു. അവളുടെ കൂട്ടുകാരികൾ വിരൽ കടിച്ച് പടിക്കൽ തന്നെ നിന്നതേയുള്ളൂ.

''ഒരു പൂവ്വ് തര്വോ?'' തെല്ലൊരു മടിയോടെയാണ് സുമലത ചോദിച്ചത്.

ഞാൻ താമരക്കുളത്തിലേക്ക് നോക്കി. അന്ന് മൂന്നെണ്ണമേ വിരിഞ്ഞിരുന്നുള്ളൂ. അത് മുഴുവൻ അവൾ പറിച്ചെടുക്കുമോയെന്നായി പേടി. എന്തായാലും, ആദ്യമായല്ലേ ഇനി വേണ്ടാ. ഞാൻ സമ്മതം മൂളി.

പക്ഷേ, എന്നെ അമ്പരപ്പിച്ചുകൊണ്ട് ആ വെള്ളത്താമരകളിലേക്ക് നോക്കുക കൂടി ചെയ്യാതെ അവൾ നേരെ പോയത് ആമ്പൽക്കുളത്തിലേക്കായിരുന്നു. അവിടെയുണ്ടായിരുന്ന അഞ്ചു നിറങ്ങളിലുള്ള പൂക്കളിൽ നിന്ന് അവൾ തെരഞ്ഞെടുത്തത് ഒരു ചുവന്ന ആമ്പൽപ്പൂവ് മാത്രം.

അതിശയം തന്നെ, പിറ്റേന്ന് പതിവില്ലാതെ അവിടെ രണ്ട് ചുവന്ന പൂക്കൾ വിരിഞ്ഞു. തൊട്ടടുത്ത ദിവസം മൂന്ന്... അങ്ങനെ പതിയെപ്പതിയെ ആ കുളമാകെ ചുവപ്പ് പടരുകയായി, അതോടൊപ്പം മറ്റു നിറങ്ങൾ മങ്ങിപ്പോകുകയും. പടി കടന്നു പോകുമ്പോൾ സുമലതയുടെ മുഖത്തും പുതിയൊരു തുടുപ്പായിരുന്നു... അതുകൊണ്ട്, പിന്നീട് ഇടയ്ക്കൊക്കെ സുമലത കയറി വന്ന് രണ്ടും മൂന്നും പൂക്കൾ പറിച്ചെടുക്കാൻ തുടങ്ങിയപ്പോൾ ഞാൻ എതിര് പറഞ്ഞില്ല. അല്ലെങ്കിലും പൂക്കൾ വിടരുന്നത് തേടിയെത്തുന്നവർക്ക് വേണ്ടി മാത്രമാണല്ലോ.

പിന്നീട്, പ്രളയം ഒഴുക്കിക്കൊണ്ടു വന്ന വിഷജലം ആ ചെടികളെയെല്ലാം വേരോടെ കരിച്ചു കളഞ്ഞപ്പോൾ, ഒരിക്കൽക്കൂടി ഒരു കൊരട്ടി നേർച്ച പോലെ പുതിയ തൈകൾ കൊണ്ടു വരുമ്പോൾ, ഞാൻ എന്നെത്തന്നെ ശപിക്കുകയായിരുന്നു. ഇനി ഇതേത് പ്രളയത്തിന് ഹോമിക്കാൻ? എന്തായാലും പേടി കിട്ടിയ പോലെ പിന്നീട്

ഒന്നോ രണ്ടോ പൂക്കൾ മാത്രമേ അതിൽ വിരിഞ്ഞുള്ളൂ. മാരിക്കാലം വന്നതോടെ അതുമില്ലാതായി.

പക്ഷേ, ഈ വേനലോടെ ആമ്പലുകൾ വീണ്ടും വിരിയാൻ തുടങ്ങി. ഇത്തിരി മടിച്ച് താമരകളും. ഒരുച്ചയ്ക്ക് ആ വഴി പോയ സുമലതയുടെ കണ്ണുകൾ അതിൽ ഉടക്കിയെന്ന് തോന്നി. പക്ഷേ, പാതി മറച്ചിരുന്നതു കൊണ്ട് അവളുടെ മുഖത്തെ കൗതുകം വായിക്കാനായില്ല. എന്തായാലും വിഷം കയറിയ ആ കുളങ്ങളിൽ നിന്ന് മുഖം തിരിച്ചു അവൾ നേരെയങ്ങ് നടന്നു പോകുകയായിരുന്നു. പിന്നീട് മടങ്ങി വന്നപ്പോൾ ആ ആമ്പലുകളുടെ നേർക്ക് പാളി നോക്കിയെങ്കിലും ഗെയിറ്റ് കടന്നില്ല. മൂന്ന് വയസ്സ് കൂടിയതിന്റെ കരുതലാവാം.

നാളുകൾ അങ്ങനെ കടന്നു പോയിക്കൊണ്ടിരുന്നു. വൈകുന്നേരങ്ങളിലെ ടിവിയും രാവിലത്തെ പത്രങ്ങളും കെട്ട കാലത്തിന്റെ കണക്കുകൾ വാരി വിതറിക്കൊണ്ടിരുന്നു. പ്രാണവായുവും ശവപ്പറമ്പും കിട്ടാതായപ്പോൾ ആരുമില്ലാത്തവർക്ക് പുണ്യം കൊടുക്കാനായി കൈ നീട്ടിയ ഗംഗയുടെ കഥ. ഉറക്കം കളയുന്ന കുറെ പടങ്ങൾ...

ചീനക്കാരൻ മന്ത്രവാദികൾ തൊടുത്തു വിട്ട വിഷം പുരട്ടിയ കൂരമ്പുകളാണെന്ന് തന്റെ സ്ഥിരം തള്ളുകൾക്കിടയിൽ ആവർത്തിച്ചു കൊണ്ടിരുന്ന പഴയ പ്രജാപതി ട്രമ്പിനേയും ചിലർ നമ്പാൻ തുടങ്ങി.

അതൊക്കെ കണ്ണിൽ പെടുമ്പോൾ ഓർക്കാറുള്ളത് പണ്ട് കാലാവസ്ഥാ വകുപ്പിൽ ജോലി ചെയ്യുമ്പോൾ ആകാശത്തേക്ക് പറത്തി വിട്ടിരുന്ന ഹൈഡ്രജൻ നിറച്ച കൂറ്റൻ ബലൂണുകളെപ്പറ്റിയായിരുന്നു. രാവിരുളുമ്പോൾ അതിൽ തൂക്കിയിട്ട നേർത്ത കടലാസ്കൂടിൽ ഒരു മെഴുകുതിരിയും കത്തിച്ചു വച്ചിരിക്കും. പിന്നീട് തിയോഡോലൈറ്റിലൂടെ ആ കുഞ്ഞുവെളിച്ചത്തെ നാഴികകളോളം ഞങ്ങൾ പിൻതുടരാറുണ്ട്, കാറ്റിന്റെ ഗതിയും ഊക്കും അറിയാനായി. ഇന്നായിരുന്നെങ്കിൽ, അന്നന്നത്തെ സങ്കടങ്ങളും ആശങ്കകളും സന്ദേഹങ്ങളുമൊക്കെ കടലാസുകൂട്ടിലാക്കി ആകാശത്തേക്ക് പറത്തി വിടാമായിരുന്നു. ഏതെങ്കിലും ഭൂഖണ്ഡത്തിലെ ഏതെങ്കിലും കരയിൽ, കടലിൽ അവ ചിതറി വീഴുമായിരുന്നു...

രാപകൽ മാറ്റമില്ലാതെ മെയിൻറോഡിലൂടെ ആംബുലൻസുകൾ ഉറക്കെ കരഞ്ഞു കൊണ്ട് പൊയ്ക്കൊണ്ടിരുന്നു. ഇടയ്ക്ക് ഞങ്ങളുടെ വഴിയിലൂടെയും.

അങ്ങനെയിരിക്കെ പിറന്നാൾ മാസമായ ഇടവമെത്തി. തിരുവോണം അമ്മയുടെ, ചതയം എന്റെ, പൂരൂരുട്ടാതി അച്ഛന്റെയും. ഒരേ മാസത്തിൽ തുടർച്ചയായ നാല് നാളുകൾക്കുള്ളിൽ മൂന്നു പിറവികൾ. ഇടയിൽ അവിട്ടത്തിന്റെ വിടവ് മാത്രം.

ആ ചതയപ്പുലരിയിൽ, പതിവുപോലെ മുൻവാതിൽ തുറന്ന് മുറ്റത്തേക്കിറങ്ങിയപ്പോൾ ഞാൻ ഞെട്ടിപ്പോയി. മതിലിനോട് ചേർന്ന് ഒരു ചുവന്ന വണ്ടി മയങ്ങിക്കിടക്കുന്നു. ഓടിത്തളർന്ന ഒരു ആംബുലൻസ്. തെല്ലുനേരം മരവിച്ചു നിൽക്കുമ്പോൾ ഉള്ളിലൂടെ കടന്നു പോയത് കുറെ വേണ്ടാത്ത ചിത്രങ്ങളായിരുന്നു. ഈ പിറന്നാൾക്കണിക്ക് എന്നോട് എന്തോ പറയാനുള്ളത് പോലെ.

അപ്പോഴേക്കും പി.സി. ശശി സൈക്കിൾ ചവിട്ടിയെത്തിയത് ആശ്വാസമായി. വണ്ടിക്ക് ചുറ്റും നടന്നു നോക്കിയിട്ട് പി.സി.ശശി പ്രഖ്യാപിച്ചു:

‘‘ഇത് ലയാൾടെയാണല്ലോ!’’

‘‘ഏത് ലയാൾ?’’

‘‘ലവടെ കുന്നിൻപുറത്ത് താമസിക്കണ ഡ്രൈവർ...’’

കാര്യം മനസ്സിലായി. രാത്രിയിൽ വൈകി മടങ്ങിയെത്തിയപ്പോൾ വണ്ടിയിടാൻ സ്ഥലം കിട്ടിക്കാണില്ല പാവത്തിന്.

എന്തായാലും, ഉടനെ തന്നെ അതവിടന്ന് മാറ്റാൻ പി.സി. ശശിയെ ചട്ടം കെട്ടുമ്പോൾ ആകെയുണ്ടായ ആശ്വാസം വെളുപ്പിന് എന്നെ തേടിയെത്തിയ വാലുമൂപ്പന്റെ വാക്കുകളായിരുന്നു. കിനാവിലൂടെ ഒഴുകി വന്ന മൊഴികൾ...

‘‘നല്ല ഹാലം വര പോറതയ്യാ, നല്ല ഹാലം വര പോറത്...’’

ആശ്വാസമായി. വെളുപ്പിന് കാണുന്ന സ്വപ്നം ഫലിക്കുമെന്ന് അമ്മ പറയാറുണ്ട്.

അന്ന് സൂര്യനോടാപ്പം കണ്ണ് മിഴിച്ചത് മൂന്ന് വലിയ വെള്ളത്താമരകളായിരുന്നു.

അതറിഞ്ഞിട്ടായിരിക്കണം, തിരക്കിട്ടെത്തിയ സുമലത ആമ്പൽക്കുളത്തിലേക്ക് നോക്കുക കൂടി ചെയ്യാതെ ആ താമരപ്പൂക്കൾ പറിക്കാനായാണ് കൈ നീട്ടിയത്. പിന്നീട് ആ മുഖപടം തെല്ലൊന്ന് താഴ്ത്തി എന്നെ നോക്കി ചിരിച്ചപ്പോൾ അവളുടെ മുഖത്ത് നൂറ് വെള്ളത്താമരകൾ വിരിയുകയായി. ■

കാന്താബായി കരയുന്നില്ല

ഒന്നാന്തി പുറത്തിറങ്ങാറില്ല ഞാൻ. ഒന്നാന്തിയെ പേടിയാണെനിക്ക്. മുൻപിൻ നോക്കാനില്ലെന്ന അഹങ്കാരമാണ് ഒന്നാന്തിക്ക്. അതു കൊണ്ടാവാം, ആരോടും ചോദിക്കാതെ, ആരോടും പറയാതെ ഒരു ഒന്നാന്തി അവിനാശിനെ തട്ടിക്കൊണ്ടുപോയത്. കൃത്യമായി പറഞ്ഞാൽ മുപ്പത്തൊന്ന് പാതിരയ്ക്ക്, കിഴക്ക് ഒന്നാന്തി പൊട്ടിയ ശേഷം.

ആരായിരുന്നു അവിനാശെന്ന അവി എനിക്ക്? പണിക്കാരി കാന്താബായിയുടെ ഒറ്റ മകൻ. മുതിർന്നതിന് ശേഷം കണ്ടത് രണ്ടോ മൂന്നോ തവണ മാത്രം. പക്ഷേ, അവൻ എന്റെ അപ്പുവിന്റെ കളി ക്കൂട്ടുകാരനായിരുന്നു. ഒന്ന് തൊട്ട് ഒരുമിച്ച് പഠിച്ച അവർ കളിച്ചും കലഹിച്ചും വളർന്നു. കാന്താബായി പണിക്ക് വരുമ്പോൾ ഒപ്പം കൂടുന്ന അവൻ സ്വീകരണമുറിയിലെ നിലത്ത് കിടന്ന് അപ്പു വിനോടൊപ്പം ഉരുണ്ടു. തല്ലു കൂടി. അങ്ങനെ എല്ലാ ചോരക്കുറി നുമപ്പുറമുള്ള ആ കെട്ട് നാളുകൾ തോറും മുറുകി വന്നു. പഠിപ്പിലും കളിയിലും മിടുക്കനായ അവി.

ആദ്യമേ എതിർപ്പായിരുന്നു വിലാസിനിക്ക്. നെലേം വെലേം നോക്കി കൂട്ട് കൂടണം, അവൾ ശാസിക്കാറുണ്ട്. എന്നിട്ടും അപ്പു അവന്റെ തോളത്ത് കൈയിട്ട് നടന്നു. അലുമിനിയം ഡബ്ബയിലെ റൊട്ടിയും സബ്ജിയും അവർ പങ്കിട്ട് തിന്നു. ക്ലാസിലെ എല്ലാ കുണ്ടാ മണ്ടികൾക്കും കൂട്ട് നിന്നു. സ്കൂൾ മൈതാനത്ത് കെട്ടി മറിഞ്ഞ് വെള്ളഉടുപ്പിലൊക്കെ ചെളിയാക്കി.

ഒന്നാന്തി അവിയെ കൊണ്ടു പോയതിനു ശേഷം അപ്പു രണ്ടു നാൾ കട്ടിലിൽ നിന്നെണീറ്റില്ല. എനിക്ക് മുഖം തരാതെ അവൻ ഒഴിഞ്ഞു മാറി നടന്നു. സമാധാനിപ്പിക്കാൻ ചെന്ന അമ്മയുടെ കൈ തട്ടി മാറ്റി. ഒരു നാൾ മുഴുവനും പട്ടിണി കിടന്നു.

''ഞാൻ അപ്പഴേ പറഞ്ഞതാ, കൊണ്ടോവണ്ടാന്ന്'' വിലാസിനി എന്നെ കുറ്റപ്പെടുത്തി.

മറുപടിയില്ലായിരുന്നു എനിക്ക്. ഞാനല്ലേ വാശി പിടിച്ച് അവരെ കൊണ്ടു പോയത്.

ഒന്നൊന്നര മാസം കാന്താബായി പണിക്ക് വരാഞ്ഞപ്പോൾ കണ്ണീച്ചോരയില്ലാത്ത മറുപടിയുണ്ടായിരുന്നു വിലാസിനിക്ക്.

''വരൂന്നേ. വരാതെവിടെ പോണു? വയറെരിയുമ്പൊ താനെ വരും.''

അത് ശരിയായിരുന്നു. അടുപ്പിൽ പൂച്ച മയങ്ങിയപ്പോൾ കാന്താബായി വീണ്ടും വന്നു. അവുതാ പറഞ്ഞില്ലെങ്കിലും അലിവ് തോന്നി അടുത്ത രണ്ടു വീട്ടുകാരും പണി കൊടുത്തു. പക്ഷേ, ഡബ്ബ കൊടുത്തയച്ചിരുന്ന മൂന്ന് വീട്ടുകാർ മാത്രം കതക് തുറന്നില്ല.

പിന്നീടൊന്നും മിണ്ടിയില്ല, മൊഴി മറന്ന കാന്താബായി. വരിഞ്ഞു മുറുകി നീര് കെട്ടിയ ആ മുഖത്ത് നിന്ന് ഒന്നും വായിച്ചെടുക്കാനായില്ല വിലാസിനിക്ക്. അവർ കരയുമെന്ന് വിലാസിനി കരുതി. പക്ഷേ, അവരുടെ കണ്ണിലും തൊണ്ടയിലും കരച്ചിൽ ഒടുങ്ങിയിരുന്നു.

കാന്താബായിക്ക് മുഖം കൊടുക്കാതെ ഒളിച്ചും പാത്തും നടക്കുകയായിരുന്നു ഞാൻ. എന്നോ കെട്ടു മുറിച്ചു പോയ കെട്ട്യോനിൽ നിന്ന് കേട്ട നാടൻ പ്രാക്കുകൾ അവരുടെ ഉള്ളിൽ കിടന്ന് പൊറുതി മുട്ടുകയാവുമെന്ന് എനിക്കറിയാം. എന്റെ മുഖത്ത് മാത്രം തൂവാനുള്ള ശാപങ്ങൾ. രണ്ടു തലമുറയെ എരിയിച്ച് കളയാൻ പോന്ന പ്രാക്കുകൾ.

കെട്ട്യോൻ ഇട്ടേച്ചു പോയപ്പോൾ തളർന്നില്ല കാന്താബായി. കള്ളിന്റെയും കഞ്ചാവിന്റെയും ചൂരുള്ള ഇടിയും ചവിട്ടും ഒഴിഞ്ഞല്ലോയെന്ന് ആശ്വസിച്ചു. ഇനിയെനിക്ക് കൈത്താങ്ങായി ഒരു പൊന്നുമോനുണ്ടല്ലോയെന്ന് മോഹിച്ചു.

അങ്ങനെ തന്നെ പറയാറുണ്ട് അവിയും. ഞാൻ പഠിച്ച് എവിടെങ്കിലും എത്തിയിട്ട് വേണം അമ്മയ്ക്ക്...

അവനെയാണല്ലോ അലിവില്ലാത്ത ഒന്നാന്തി തട്ടിക്കൊണ്ടു പോയത്.

ഒന്നും ഉരിയാടാതെ, വാശി പോലെ കാന്താബായി പണിയെടുത്തു കൊണ്ടിരുന്നു. അതേ കൂലിക്ക് ഇരട്ടി പണി. കൊടുത്തതും കൊടുക്കാത്തതുമായ എല്ലാ പണിയും അറിഞ്ഞു ചെയ്തു.

ഒടുവിൽ വിലാസിനിക്ക് സങ്കടം വന്നു.

''ഇത് കണ്ടോണ്ട് നിക്കാൻ വയ്യ.'' വിലാസിനി പറഞ്ഞു. ''അവ ളൊന്ന് നെലോളിച്ചാൽ മത്യായിരുന്നു. മിണ്ട്യാൽ മത്യായിരുന്നു.'' എപ്പോഴും ചിരിക്കുന്ന, ചറുപിറാ ചിലയ്ക്കുന്ന കാന്താ ബായി.

പക്ഷേ, മിണ്ടാനും നെലോളിക്കാനും കൂട്ടാക്കിയില്ല കാന്താബായി. ഇരട്ടി വാശിയോടെ പണിയെടുത്തു. ഇരട്ടി വാശിയോടെ മിണ്ടാതിരുന്നു.

വേണ്ടാ, ഇനി അവളുടെ കണ്ണീർ കൂടി വീഴണ്ടാ ഈ വീട്ടിൽ. ഞാൻ ഉള്ളിൽ പറഞ്ഞു.

''പണ്ടൊരു കവിതയിൽ ടെന്നിസൻ പറഞ്ഞിട്ടുണ്ട്... യുദ്ധത്തിൽ മരിച്ച ഭടന്റെ ശരീരം കണ്ട് കരയാത്ത ഭാര്യയുടെ കഥ...'' ഞാൻ മയപ്പെടുത്താൻ നോക്കി.

''മണ്ണാങ്കട്ട! ഒരാൾക്ക് കവിത പറയാൻ കണ്ട നേരം.'' വിലാസിനി മുരണ്ടു.

എന്റെ തല കുനിഞ്ഞു. ഒന്നാന്തി കൂടാൻ കടപ്പുറത്ത് പോവാമെന്ന് കുൽക്കർണ്ണി പറഞ്ഞപ്പോൾ സമ്മതിച്ചത് ഞാനല്ലേ? ഇക്കൊല്ലം ജോലി നിറുത്തി നാട്ടിൽ പോണതു കൊണ്ട് ഇത് ലാസ്റ്റ് ചാൻസാണല്ലോയെന്ന് അയാൾ പറഞ്ഞപ്പോൾ തലയാട്ടുകയായിരുന്നില്ലേ ഞാൻ? പാതിരാമണികളും ആർപ്പുവിളികളും ആദ്യ റൗണ്ട് വെടിക്കെട്ടും കഴിഞ്ഞ് മടങ്ങാമെന്ന് അയാൾ ഉറപ്പ് പറഞ്ഞിരുന്നു. അങ്ങനെ തന്നെ മടങ്ങുകയും ചെയ്തു.

അപ്പുവിന് കൂട്ടായി കുൽക്കർണ്ണിക്കുട്ടികൾ ഉണ്ടായിരുന്നെങ്കിലും അവന് വേണ്ടിയിരുന്നത് അവിയെയായിരുന്നു. അപ്പോഴും വിലാസിനി വഴി മുടക്കി. കുട്ട്യോളെ കൊണ്ടു പോകണ്ടാന്ന് അവൾ കലമ്പൽ കൂട്ടി. കടപ്പുറം അലമ്പ്. ആഘോഷങ്ങൾ അലമ്പ്... കാണാറില്ലേ പത്രവാർത്തകൾ?

അതൊക്കെ പത്രക്കാരുടെ എരിവുള്ള മസാലക്കൂട്ടുകൾ, ഞാൻ പറഞ്ഞു. പേരുകേട്ട കടപ്പുറം. ഉശിരൻ പരിപാടികൾ. ആണ്ടു നേർച്ചയായതു കൊണ്ട് അത് മുടക്കാനാവില്ല കുൽക്കർണ്ണിക്ക്. എനിക്കാണെങ്കിൽ ഇത് ലാസ്റ്റ് ചാൻസും. ഇനി ആര് വരാൻ പോകുന്നു ഈ നഗരത്തിലേക്ക്?

പതിവുകാരനെ പോലെ ഇരുട്ടിന്റെ മൂല പിടിച്ച്, കുൽക്കർണ്ണി സഞ്ചിയഴിച്ച് കുപ്പിയും തട്ടുകടയിലെ ബീഫുമെടുത്തു. ദൂരെ നിന്ന് കൈ കാട്ടിയെങ്കിലും ഞാൻ കൂടിയില്ല. തിരിച്ചു വണ്ടിയോടിക്കാനുള്ളതല്ലേ എനിക്ക്? റോഡിലും ഒന്നാന്തി ആഘോഷിക്കുന്നവരുടെ തിരക്ക് കാണും...

ഒരു രാത്രിയിൽ അത്താഴം കഴിക്കാനിരിക്കുമ്പോൾ അപ്പുവിന്റെ സങ്കടം പൊട്ടി.

''വരില്ലാന്ന് അവൻ ഒരുപാട് പറഞ്ഞതാ. ഒടുവിൽ നീയില്ലാണ്ട് ഞാനൂല്ല്യാന്ന് പറഞ്ഞപ്പഴാ അവൻ ഉടുപ്പിട്ട് എറങ്ങിയത്. ഞാനാ അവനെ മുമ്പിലെ സീറ്റിൽ ഇരുത്തീത്.'' അപ്പുവിന്റെ ശബ്ദം ചിലമ്പി. ''ആദ്യായിട്ട് കാറീക്കേറണ പേട്യായിരുന്നു അവന്.''

''അതിന് തെറ്റ് ആ പിള്ളേരടെയല്ലേ? സൈഡ് തെറ്റി നേരെ വന്ന് ഇടിക്ക്യായിരുന്നില്ലേ?'' ഞാൻ ചോദിച്ചു.

''അവർടെ വരവ് കൊഴപ്പാന്ന് ദൂരേന്നേ കാണായിരുന്നില്ലേ അച്ഛന്? വെട്ടിക്കാൻ സ്ഥലം ണ്ടായിരുന്നല്ലോ.''

അല്ലെങ്കിലും എന്നും പരാതിയായിരുന്നു അപ്പുവിന്. പ്രായമിത്ര യായിട്ടും വണ്ടിയുടെ അന്തോം കുന്തോം അറിയില്ല അച്ഛന്. പക്ഷേ, വണ്ടികളുമായുള്ള പിണക്കം കുട്ടിക്കാലത്തേ തുടങ്ങിയതാണെന്ന് സമ്മതിച്ചു കൊടുത്തില്ല ഞാൻ. സൈക്കിൾ പഠിക്കുമ്പോൾ ചെന്നു കയറിയത് ഇടവഴിയിലെ മുള്ളുവേലികളിൽ. വെസ്പ രണ്ടു തവണ കൊച്ചിയിലെ ഫുട്പാത്തിലേക്ക് ഓടിച്ചു കയറ്റിയതോടെ ഗുരുവായ കൃഷ്ണപ്പൈ സുല്ലിട്ട് പിന്മാറി. പിന്നീട് പ്രീമിയർ പത്മിനിയും സ്റ്റാൻഡേർഡ് പത്തും വന്നപ്പോഴും വണ്ടികൾ ഇടന്തടിച്ചു നിന്നു. വല്ലാത്തൊരു രാശിപ്പിണക്കം.

പക്ഷേ, ഒരു സമാധാനമുണ്ടെനിക്ക്. രണ്ടു കൊല്ലം കഴിഞ്ഞാൽ വളയം അപ്പുവിനെ ഏൽപ്പിക്കാല്ലോ. അവനാണെങ്കിൽ അത് വരെ കാക്കാനും വയ്യ. ഒഴിഞ്ഞ മൈതാനത്ത് അവൻ 'എച്ച്' എടുക്കു ന്നത് കൂളായിട്ട്. എന്തായാലും, ഞാൻ വളയം പിടിക്കുമ്പോൾ അടു ത്തിരിക്കാൻ പേടിയാണവന്. ഇപ്പഴേ ബ്ലഡ് പ്രഷറിന്റെ മരുന്ന് വയ്യെ നിക്ക് വയ്യ, അവൻ പറയാറുണ്ട്.

എതിരെ വന്നിടിച്ച കൂറ്റൻ എസ്‌യൂവിക്ക് കെടാത്ത പൂച്ചക്കണ്ണു കളായിരുന്നെന്ന് പാണ്ഡു ഹവീൽദാർ പറഞ്ഞു. വണ്ടിയോടിച്ച പയ്യനും പൂച്ചക്കണ്ണായിരുന്നു. അവന്റെ കീശയിൽ നിന്ന് ലൈസൻ സിന് പകരം കിട്ടിയത് നാട്ടിൽ കിട്ടാത്ത, വിലപിടിച്ച ഗുളികകൾ. അളിയൻ ഷിപ്പി വെളിയിൽ നിന്ന് കൊണ്ടുവന്നതായിരിക്കും. പക്ഷേ, ഇടിച്ചിട്ടും ചവിട്ടിയിട്ടും ഷിപ്പിയുടെ പേര് പറഞ്ഞില്ല അവൻ. ലഹരിയിറങ്ങിയിട്ടും ഒറ്റ് കൊടുക്കാത്ത നേരുള്ളവൻ...

നാലു പേരുണ്ടായിരുന്നു വണ്ടിയിലെന്ന് കണ്ടവർ പറഞ്ഞു. വൈകിയതു കൊണ്ട് കടപ്പുറത്തെത്താനുള്ള വെപ്രാളത്തിൽ പാഞ്ഞു വരികയായിരുന്നു... നേരെ വന്നുള്ള ഇടി.

ഇപ്പോഴും മിണ്ടുന്നില്ല കാന്താബായി. കരയുന്നില്ല കാന്താബായി.

ചേരിയിലെ അയൽക്കാർ മാറത്തടിച്ച് അലമുറയിട്ടിട്ടും കരച്ചിൽ വന്നില്ല കാന്താബായിക്ക്.

വണ്ടിയിടിച്ചവരുടെ കൂട്ടർ ഒരു വീർത്ത കടലാസ് പൊതി നീട്ടിയപ്പോൾ അതിന്റെ നേർക്ക് നോക്കിയത് കൂടിയില്ല കാന്താബായി. അത് കട്ടിലിലേക്കിട്ട കോർപ്പറേറ്റർ ജാദവിന് കിട്ടിയത് അവളുടെ വേവുന്ന നോട്ടം. എന്നിട്ടും ചുറ്റുമുള്ള അണികളെ നോക്കി എന്തൊക്കെയോ വീൺവാക്കുകൾ വീശിയെറിയുന്നുണ്ട് കോർപ്പറേറ്റർ... താമസസ്ഥലം... കാന്താബായിക്ക് ജോലി. അങ്ങനെ എന്തൊക്കെയോ...

ഇപ്പോഴും മിണ്ടുന്നില്ല, കാന്താബായി. കരയുന്നില്ല കാന്താബായി. ഇരട്ടി വാശിയോടെ പണിയെടുക്കുന്നു. ഇരട്ടി വാശിയോടെ മിണ്ടാതിരിക്കുന്നു. മണി നോക്കാതെ വരുന്നു, മണി നോക്കാതെ പണിയെടുക്കുന്നു. ഒടുവിൽ ജാലകത്തിലെ മാനം ചുവന്ന്, ഇരുണ്ട, നക്ഷത്രങ്ങൾ തെളിയുമ്പോൾ ഇറങ്ങിപ്പോകുന്നു.

പക്ഷേ, അവളുടെ മുഖത്തെ ചോദ്യങ്ങൾ അറിയാമെനിക്ക്. വിളിച്ചെറക്കിക്കൊണ്ടു പോയ എന്റെ കുഞ്ഞിനെ എന്തു ചെയ്തു നിങ്ങൾ?

ഇതിനിടയിൽ അപ്പു സ്കൂളിൽ പോകാതായി. ഹാജർ തികഞ്ഞില്ലെങ്കിൽ പരീക്ഷയ്ക്കിരുത്തില്ലെന്നും സ്കൂളിൽ പേര് വെട്ടുമെന്നും വിലാസിനി പേടിപ്പിച്ചപ്പോൾ അവൻ അനങ്ങിയില്ല. അവിയില്ലാത്ത സ്കൂളിലേക്ക് ഞാനുമില്ല എന്ന് അവന്റെ മുഖത്ത് കരിക്കട്ടയിൽ കോറിയിട്ടിരുന്നു.

പതിയെ അപ്പുവിന്റെയും മൊഴി വരണ്ടു. നീണ്ട ഇടവേളകൾക്കിടയിൽ ഇടയ്ക്ക് മാത്രം അവൻ തൊണ്ടയനക്കി.

ഇടയിൽ നിന്ന് ചുളുങ്ങിയത് ഞാനായിരുന്നു. അത്താണിയില്ലാതിരുന്നത് എനിക്ക് മാത്രമായിരുന്നു.

കാന്താബായിയുടെ മുഖം വായിക്കാൻ ആർക്കുമായില്ല. ആർക്കെങ്കിലും മുഖം കൊടുക്കാൻ അവൾക്ക് താത്പര്യവുമില്ലായിരുന്നു.

അങ്ങനെയിരിക്കെ, ഒരു ദിവസം പതിവു സമയത്ത് അവളെ കണ്ടില്ല. വൈകിട്ടും വന്നില്ല. അടുത്ത രണ്ടു വീട്ടുകാർക്കും വിവരമില്ലായിരുന്നു. കുറെ നാളുകളായി അവിടെയും മിണ്ടാട്ടമുണ്ടായിരുന്നില്ല. അവിനാശ് അപകടത്തിൽ മരിച്ചുവെന്നല്ലാതെ കൂടുതലൊന്നും അറിയില്ലായിരുന്നു അവർക്ക്.

പിറ്റേന്നും അതിന്റെ പിറ്റേന്നും കാന്താബായിയെ കാണാതായപ്പോൾ വിലാസിനി എന്റെ നേർക്ക് നോക്കി. ഞാൻ അവളുടെ നേർക്കും. സ്കൂളിൽ പോകാതെ തല കുമ്പിട്ടിരിക്കുന്ന അപ്പുവിന്റെ നേരെ നോക്കാൻ മടിയായിരുന്നു ഞങ്ങൾക്ക്.

നാളുകൾ കടന്നു പോയപ്പോൾ വിലാസിനി പിറുപിറുക്കാൻ തുടങ്ങി.

''എന്നെക്കൊണ്ട് വയ്യാ, ഈ പണി മുഴുവനെടുക്കാൻ. എത്രണ്ട് തൂത്താലും തൊടച്ചാലും വൃത്തി മത്യാവില്ല അച്ഛനും മോനും... നടുവേദന കൊണ്ട് കിടക്ക മരുങ്ങ് കിട്ടാത്ത എന്റെ കാര്യം നോക്കാൻ ആർക്കാവടെ നേരം? പിന്നെ ആ പഴയ മുട്ടുവേദന എപ്പഴാ തിരിച്ചു വരാന്നറീല്ല്യാ.''

പൊലീസും കേസുമായി നടന്ന് എന്റെ ലീവ് തീരാറായിരുന്നു. അടുത്താഴ്ചയെങ്കിലും ചെന്നില്ലെങ്കിൽ...?

''വേറെ ഏതെങ്കിലും ബായിയെ തെരക്കാം. ഓഫീസിൽ ആരോടെങ്കിലും പറയാം. അല്ലെങ്കിൽ താഴത്തെ സെക്യൂരിറ്റി കദമിനോട്. കാന്താബായിയെ കൊണ്ടുവന്നതന്നെ അയാളല്ലേ?'' ഞാൻ തിടുക്കത്തിൽ പറഞ്ഞു.

പെട്ടെന്ന് അപ്പു സെറ്റിയിൽ നിന്ന് ചാടിയെണീക്കുന്നതാണ് കണ്ടത്.

''ഇനിയൊരു ബായി വേണ്ടാവിടെ.'' ദിവസങ്ങൾക്കുശേഷം അവന്റെ ഒച്ച കേട്ടപ്പോൾ ഞാൻ നടുങ്ങി. പരിചയമില്ലാത്തൊരു ശബ്ദം പോലെ... അത് അവിയുടെ ശബ്ദമായിരുന്നോ? അന്ന് വണ്ടിയിൽ വച്ച് കുറച്ചു കേട്ട, തഴമ്പ് വീണ പരുക്കൻ ശബ്ദം.

''അപ്പൊ ഇവടത്തെ ഈ പണി മുഴുവൻ... ?'' വിലാസിനി ചോദിച്ചു.

''ഞാൻ നോക്കാം.'' അതേ കനത്ത ശബ്ദം.

''അപ്പൂനെക്കൊണ്ട് പറ്റ്വോ തൂക്കാനും തൊടയ്ക്കാനും? പിന്നെ പാത്രോം തുണീം കഴുകണ്ടേ?'' ചോദിച്ചത് ഞാനായിരുന്നു.

ഒരു വരണ്ട മുരൾച്ചയായിരുന്നു മറുപടി.

''ഉവ്വുവ്വ്. രണ്ടൂസം നോക്കുമ്പൊ അറിയാം. ഇവടൊരാൾ ചെയ്യുമ്പൊ ആർക്കും വെലയില്ലല്ലോ.'' വിലാസിനി ഇടപെട്ടു.

''അപ്പൊ വേറെ ബായിയെ വേണ്ടാന്നാണോ?'' ഞാൻ ചോദിച്ചു.

ആരും മിണ്ടിയില്ല.

പക്ഷേ അവൻ പറഞ്ഞത് ശരിയായിരുന്നു. പിറ്റേന്ന് തൊട്ട് അവൻ അമ്മയെ സഹായിക്കാൻ കൂടി. മിനക്കെട്ട് എന്തൊക്കെയോ

ചെയ്യുന്നതും കണ്ടു. ഞങ്ങളാരും പരാതിപ്പെട്ടില്ല. പക്ഷേ, കാന്താ ബായിയുടേതിനേക്കാൾ വെടിപ്പുണ്ട് മോന്റെ പണിക്കെന്ന് വിലാ സിനി എന്നോട് അടക്കം പറഞ്ഞു.

കുറച്ചു ദിവസം കഴിഞ്ഞപ്പോൾ വിലാസിനിയിലെ അമ്മയ്ക്ക് താങ്ങാനായില്ല.

''സ്കൂളിക്കൂടി പോവാത്യാണ് എന്റെ കുട്ടി ഈ പണി മുഴോനും...'' അവൾ വിങ്ങി.

നാളുകൾ കടന്നുപോകെ, വിലാസിനിയും ഒതുങ്ങാൻ തുടങ്ങി. അപ്പുവിനെപ്പോലെ അവളും ചുരുങ്ങുകയാണ് മൗനത്തിന്റെ മറ്റൊരു പുറ്റിലേക്ക്. ടീവിയിലെ ഹിന്ദി തമാശ പരിപാടികൾ കണ്ട് ചിരിച്ചു മറിഞ്ഞിരുന്ന വിലാസിനി. മറാഠിയിലെ ഭാവഗീതങ്ങൾ ഒരുപാട് ഇഷ്ടപ്പെട്ടിരുന്ന, വരുംജന്മത്തിലും ഈ മണ്ണിൽ തന്നെ പിറവിയെടു ക്കണമെന്ന് മോഹിച്ചിരുന്ന വിലാസിനി.

ഇടയിൽ കുഴങ്ങിയത് ഞാനായിരുന്നു. ഓഫീസിലെ ബദ്ധപ്പാടു കൾക്ക് ശേഷം തളർന്ന് കുഴഞ്ഞ് വീട്ടിൽ വരുമ്പോൾ തെല്ല് നേരം ഒപ്പമിരിക്കാൻ, ഇത്തിരി മിണ്ടാൻ, കുറച്ച് ചിരിക്കാൻ ആരുമില്ലെങ്കിൽ അതെന്ത് കുടുംബം?

പിന്നീടൊരു ദിവസം പൊടുന്നനെ മൗനം മുറിച്ച് വിലാസിനി പറയുന്നത് കേട്ടു, ചുമരുകളോട്, ജാലകത്തിൽ പതിഞ്ഞു കിട ക്കുന്ന ഇരുട്ടിനോട്.

''നമക്ക് പൂവ്വാ ഇവടന്ന്...''

''അതൊക്കെ തീരുമാനിച്ചതല്ലേ... മഴക്കാലത്തിന് ശേഷം.''

''പോരാ. അതിന് മുമ്പന്നെ... കഴീന്നതു വേഗം...''

''നീയല്ലേ പറയാറ് ഒന്നൂല്ല്യാതെ വന്ന നമ്മളെ ഇത്രടം വരെ എത്തിച്ചത് ഈ സിറ്റ്യാന്ന്?''

''ഹേയ്, അത് ശര്യാവില്ല.''

ഞാൻ പകച്ചു. പെട്ടെന്നെന്തേ ഇങ്ങനെയൊരു മനസ്സു മാറ്റം? നാട്ടിലേക്കുള്ള മടക്കത്തെ ആദ്യം എതിർത്തത് വിലാസിനിയായിരു ന്നില്ലേ? കമ്പനി പറയുന്നതിന് മുമ്പ് പോകുന്നതെന്തിനെന്ന് ചോദി ച്ചത് അവളല്ലേ?

''അപ്പുവിന്റെ പരീക്ഷ കഴിഞ്ഞിട്ട് നോക്കാം.'' ഒടുവിൽ ഞാൻ സമ്മതിച്ചു.

വേണ്ടത്ര ഹാജരില്ലാതെ പരീക്ഷയെഴുതാനുള്ള സൂത്രപ്പണികൾ

ഇതിനകം ഞാൻ കണ്ടെത്തിയിരുന്നു. ലേശം പണം ചിലവാക്കണ മെന്ന് മാത്രം.

വേറൊന്ന് കൂടി വിലാസിനിയെ അലട്ടുന്നുണ്ടെന്ന് മനസ്സിലാ യത് പിന്നീടായിരുന്നു.

ഒരു ദിവസം അവൾ പറഞ്ഞു.

''ആകെക്കൂടി ഒരു സുഖോല്ല്യാ.''

''എന്തേ?''

''നിശ്ശല്ല്യാ.''

''ന്ന്വച്ചാൽ?''

''അവളെക്കണ്ടിട്ട് കൊറെ നാളായില്ലോ.'' അവളുടെ തൊണ്ട യിടറി.

''കാന്താബായി?''

''ആ''

''വരാത്തതിന് എന്തു ചെയ്യും?''

''അങ്ങട്ട് പോണം. കാണണ്ടത് എനിക്കല്ലേ?''

''വീടറിയ്യോ?''

''ചെല അടയാളങ്ങള് പറയണത് കേട്ടിട്ടുണ്ട്. പോയി നോക്കാം.''

''എളുപ്പാവില്ല. പോണത് അപകടോം.''

''അറിയാം...'' ഒന്ന് നിറുത്തിയിട്ട് വിലാസിനി തുടർന്നു.

''സിറ്റീടെ വെളീലൊരു പൊറമ്പോക്കിൽ നെരയായി കൊറെ കുടിലുകൾ. മുമ്പിലൊരു പുളിമരം. നരച്ച താടിക്കാരന്റെ പാൻഷോ പ്പിൽ കൊക്കക്കോളയുടെ ബോർഡ്. സൈഡിലൊരു സൈക്കിൾ ഷോപ്പും.''

''ദൂരം കൊറെ കാണ്വായിരിക്കും.''

''ഏതാണ്ട് അഞ്ചാറ് കിലോമീറ്റർ.''

ഇതൊക്കെ വെച്ച് കണ്ടെത്തുക എളുപ്പമാവില്ലെന്ന് എനിക്ക റിയാം. നഗരത്തിന് വെളിയിൽ നിരയായി കുടിലുകളും പുളിമരവും പാൻഷോപ്പും താടിക്കാരനും സൈക്കിൾ ഷോപ്പും... ഞാൻ തല ചൊറിഞ്ഞു. പക്ഷേ, ഉള്ളിൽ എന്തെങ്കിലും കയറിക്കൂടിയാൽ പെട്ടെന്നൊന്നും വിട്ടു കളയില്ല, വിലാസിനി.

അങ്ങനെ ഒരു മൂടിക്കെട്ടിയ രാവിലെ ഞങ്ങൾ പുറപ്പെട്ടു. ഒപ്പ മില്ലെന്ന് ആദ്യം പറഞ്ഞെങ്കിലും ഞങ്ങൾ ഇറങ്ങാൻ തുടങ്ങുമ്പോൾ പെട്ടെന്ന് ഉടുപ്പ് മാറി അപ്പുവും ചാടിയിറങ്ങി.

‘‘അമ്മ മാത്രം എറങ്ങ്യാ മതി ടാക്സീന്ന്’’ അപ്പു പറഞ്ഞു. ‘‘ഞങ്ങള് അതിനകത്ത് ഇരുന്നോളാം.’’

കുറെയേറെ കറങ്ങി, ടാക്സിക്കാരന്റെ മുറുമുറുപ്പ് കേൾക്കാത്ത മട്ടിൽ പുറംകാഴ്ചകളിൽ കണ്ണും നട്ട്, ഒടുവിൽ ഒരു പുളിഞ്ചോട്ടി ലെത്തി. തൊട്ടടുത്ത് പാൻഷോപ്പ്. കൊക്കക്കോള. സൈക്കിൾ കട.

രണ്ടും കല്പിച്ച്, സാരി കൊണ്ട് തല മറച്ച് വിലാസിനി പുറ ത്തിറങ്ങി.

മൂടിക്കെട്ടി നിൽപ്പാണ് മാനം. നേർത്ത കുളിരുള്ള കാറ്റും.

നിരയായി കുടിലുകൾ. ഇടയിൽ എവിടെയാവും കാന്താബായി യുടെ വീട്? പകച്ചു നോക്കുകയാണ് വിലാസിനി. ഇത്തിരി കാത്ത ശേഷം അപ്പുവും ചാടിയിറങ്ങുന്നത് കണ്ടു. അമ്മയെ ചേരിക്കാർ ഉപദ്രവിക്കുമോയെന്ന് അവൻ പേടിക്കുന്നതു പോലെ തോന്നി.

കുറെ തിരഞ്ഞ ശേഷം ഏതോ കുടിലിന് മുമ്പിൽ അവർ നിന്നു. അടുത്ത വീട്ടിൽ നിന്ന് ആരൊക്കെയോ ഇറങ്ങി വന്ന് ഉറക്കെ സംസാരിക്കുന്നു.

‘‘എന്തിനാ മേംസാബ് അവടെ...?’’ ഡ്രൈവർ തിരക്കി. ‘‘ഈ സ്ഥലമത്ര പന്തിയല്ലാട്ടോ?’’

അപ്പോഴേക്കും ഞാനും മെല്ലെ പുറത്തിറങ്ങിയിരുന്നു. പുറകെ ഡ്രൈവറും.

ഇല്ല, കുഴപ്പമൊന്നും കാണുന്നില്ല. തൊട്ടടുത്ത കുടിലുകളിൽ നിന്ന് ആദ്യം ഇറങ്ങി വന്നത് രണ്ടു വയസ്സന്മാരായിരുന്നു. പിന്നെ പച്ചച്ചേലയുടുത്ത ഒരു ചെറുപ്പക്കാരിയും. ഒച്ച മുഴുവൻ അവളുടേ താണ്. പുറകെ മറ്റു കുടിലുകളിൽ നിന്നായി, ബിഡിപ്പുക ഊതുന്ന രണ്ട് ചെറുപ്പക്കാരുമെത്തി.

നേരം കടന്നു പോവുകയായിരുന്നു. സംസാരം നിൽക്കുന്നില്ല.

ഡ്രൈവർ തിരക്കി പോവാൻ തുടങ്ങിയപ്പോഴേക്കും വിലാസിനി പെട്ടെന്ന് തിരിയുന്നത് കണ്ടു. തല കുമ്പിട്ട് കാറിന്റെ നേർക്ക് നടക്കു കയാണവൾ.

അണപ്പോടെ കാറിൽ കയറിയിട്ടും കുറച്ചു നേരത്തേക്ക് ഒന്നും മിണ്ടാനായില്ല വിലാസിനിക്ക്. വല്ലാതെ കലങ്ങിയിരിക്കുന്നു അവൾ.

‘‘എന്തേ? അവര് വല്ലതും പറഞ്ഞോ?’’ പരിഭ്രമത്തോടെ ഞാൻ തിരക്കി.

‘‘ഹേയ്. ഒന്നുണ്ടായില്ല. നല്ലവരാ.’’

''പിന്നെ ഇത്രേം നേരം?''

''നമ്മളെ മനസ്സിലായീന്ന് തോന്നണു... പിന്നേം പണിക്ക് വിളിക്കാൻ വന്നതാന്നാ അവര് കരുത്യത്. അതോണ്ടാ അടുത്ത കുടിലീന്ന് ആ ചെറുപ്പക്കാര് എറങ്ങി വന്നത്. അല്ലാന്ന് പറഞ്ഞപ്പൊ കൊഴപ്പണ്ടായില്ല.''

''എന്നിട്ട് കാന്താബായി?''

''കണ്ടില്ല. പൊക്കോളാൻ പറഞ്ഞയച്ചു.''

''ഇനി?''

''ഒന്നൂല്ല്യാ. ഇത്രടം വന്നിട്ടും കാണാൻ പറ്റീല്ലല്ലോന്ന വെഷമംണ്ട്.''

അല്പം കഴിഞ്ഞ് വീണ്ടും പിറുപിറുക്കുകയാണ് വിലാസിനി.

''കഷ്ടായി, ആരൂല്ല്യാണ്ടായി പാവത്തിന്.''

''പണിക്ക് പോവാതെ എങ്ങന്യാ കഴിഞ്ഞു കൂട്വാ?''

''വീട്ടുപണിക്ക് ഇല്ലാത്രെ. കെട്ടിടം പണിയണേടത്ത് ചൊമടാണ് ആ പച്ചസാരിക്കാരിക്ക്. അവടെ പൂവ്വായിരിക്കും.''

''എന്റമ്മേ!'' അത് അപ്പുവായിരുന്നു. ''പാവം എന്റെ അവി...''

ഞാനൊന്നും മിണ്ടിയില്ല. കണ്ണുകൾ നീറുകയാണ്. ആ ശപിക്കപ്പെട്ട രാത്രിയിലെ രംഗങ്ങൾ കൺമുമ്പിലൂടെ അലറിക്കടന്നു പോകുന്നതു പോലെ...

വീട്ടിൽ തിരിച്ചെത്തിയ ശേഷം അപ്പു തെല്ലൊന്ന് മാറിയതുപോലെ. ആരോടും മിണ്ടിയില്ലെങ്കിലും ക്ലാസ്സിൽ പോയില്ലെങ്കിലും ആരോടോ വാശി തീർക്കാനെന്ന പോലെ അവൻ കുത്തിയിരുന്ന് പഠിക്കുന്നത് കണ്ടു. പരീക്ഷയിൽ നല്ല മാർക്ക് കിട്ടിയില്ലെങ്കിൽ നാട്ടിലെ സ്കൂളിൽ അഡ്മിഷൻ കിട്ടില്ലെന്ന് അപ്പുവിനറിയാമായിരുന്നു.

അങ്ങനെ മാസങ്ങൾക്കുശേഷം പരീക്ഷയെഴുതാനായി മാത്രം അപ്പു ആ സ്കൂളിൽ പോയി. ചുറ്റും ഓടിക്കൂടിയ ചങ്ങാതിമാരിൽ നിന്നും വഴുതി മാറി, ഒരു തൂണിന് പിന്നിൽ മറഞ്ഞു നിന്നു. ഭാഗ്യത്തിന് വേറൊരു ക്ലാസ് മുറിയിലായിരുന്നു പരീക്ഷ. അവിയോടൊപ്പം ഇരിക്കാറുള്ള മുറിയിലേക്ക്, അടുത്തടുത്ത് ഇരിക്കാറുള്ള ബഞ്ചിലേക്ക് നോക്കാനുള്ള ധൈര്യമില്ലായിരുന്നു അപ്പുവിന്...

അങ്ങനെ പരീക്ഷ കഴിഞ്ഞു. എങ്ങനെ എഴുതിയെന്ന് അപ്പു പറഞ്ഞില്ല. ഞങ്ങൾ ചോദിച്ചുമില്ല.

ജാലകത്തിൽ ഇരുണ്ട മഴനാരുകൾ കൂടിപ്പിണഞ്ഞ ഒരു സന്ധ്യയ്ക്ക്, പൊടുന്നനെ ഉൾമുറിയിലെ ഇരുട്ടിൽ നിന്ന് അപ്പു പുറത്ത് വന്നു. അവന്റെ കണ്ണുകൾ കലങ്ങിയിരുന്നു. കൈയിലെ കുപ്പായം അവൻ നിവർത്തിക്കാട്ടിയപ്പോൾ അതിൽ ഒരു നിറം മങ്ങിയ ചിത്രം കണ്ടു.

''ഇത്?'' ഞാൻ തിരക്കി.

''അവീടെ കുപ്പായം.'' കരച്ചിലടക്കുകയായിരുന്നു അവൻ.

''ങ്ഏ?''

''അമ്മ മേടിച്ചു തന്ന കുപ്പായം. പന്തുകളി കഴിഞ്ഞപ്പോൾ ഞങ്ങൾ കുപ്പായങ്ങൾ വെച്ചു മാറി... ഇതില് അവന്റെ പടംണ്ട്, ഞാൻ വരച്ചത്.''

പിന്നെ കേട്ടത് ഒരു കരച്ചിലായിരുന്നു. തേങ്ങിത്തേങ്ങി കരയുകയായിരുന്നു വിലാസിനി.

അത് കാന്താബായിയുടെ ശബ്ദമായിരുന്നോ?

■

വഹിദാ റഹ്മാൻ

എറണാകുളം മേനകയിൽ (അതോ ലക്ഷ്മണിലോ?) പ്യാസ ഇറങ്ങിയ കാലത്താണ് ഞാൻ വഹീദാ റഹ്മാനെ ആദ്യമായി കാണുന്നത്.

ആലുവ കോളേജിലെ ചാക്കോ ഹോസ്റ്റലിലെ മൂന്നാല് സെറ്റുകാരോടാത്ത് പ്യാസ കാണാനിറങ്ങിയത് സത്യത്തിൽ ജോണിവാക്കറെ കാണാനായിരുന്നു. ക്ലാസ് കട്ട് ചെയ്ത് എറണാകുളത്ത് പോയി ഹിന്ദിപടം കാണുകയെന്നത് അന്ന് ഞങ്ങൾക്കിടയിൽ വലിയൊരു അഡ്വഞ്ചറായിരുന്നു. പിന്നെ വാർഡന്റെ മുറിക്കകത്ത് ഒളിച്ചു കയറി റേഡിയോവിലെ ക്രിക്കറ്റ് കമന്ററി കേൾക്കുകയും. എന്തായാലും ജോണിവാക്കറെ കാണാൻ പോയിട്ട് ഒടുവിൽ കണ്ടത് വഹീദാ റഹ്മാനെയായിരുന്നു, മൊഹമ്മദ് റഫിയെ കേൾക്കാൻ പോയിട്ട് കേട്ടതോ ഗീതാറോയിയേയും.

സർജോ ടക്രായേ യാ ദിൽ ഡൂബാ ജായേ, ആജാ പ്യാരേ പാസ് ഹമാരേ കാഹേ ഖബരായ് എന്ന് റഫി പാടിയപ്പോൾ...

ജാനേ ക്യാ തൂനേ കഹി, ജാനെ ക്യാ മേനെ സുനി എന്ന് മാദക ശബ്ദത്തിൽ ഗീതയും.

ഗുരുദത്തിന്റെ ഭാര്യയായപ്പോൾ ഗീതാദത്തായി മാറിയ ഗീതാറോയി.

ക്യാമ്പസ്സുകളെല്ലാം ജോണിവാക്കറും റഫിയും കൂടി കീഴടക്കിയിരുന്ന കാലം.

എല്ലാ ബുധനാഴ്ചകളിലും റേഡിയോ സിലോണിൽ ബിനാക്കാ ഗീത്മാലക്കാരൻ അമീൻ സയാനി വച്ച് അലക്കിയിരുന്ന അവസാനത്തെ പാട്ടും അതു തന്നെയായിരുന്നു.

പടം കണ്ടിറങ്ങിയ കൂട്ടരിൽ ചിലരുടെ ഉള്ളിൽ പുതിയ നടി മാലാ സിൻഹയായിരുന്നു.

''പൊരിഞ്ഞ സാധനമാണെടാ അവള്. വേണ്ടതൊക്കെ വേണ്ടേല് കൂടുതല്.'' മാലാസിൻഹയെ ആദ്യമായി കണ്ട ആളെന്ന നിലയിൽ കറിയാച്ചൻ പറയുന്നത് കേൾക്കാതിരിക്കാൻ വയ്യ.

പുതിയ ചന്തക്കാരികളെ ആദ്യം കണ്ടെത്തുന്നവരെ ഞങ്ങൾ കണ്ടോൻ എന്നാണ് വിളിച്ചിരുന്നത്. കോളേജ് ബസ്സിൽ വച്ചും മതിലിലിരുന്നും കാണാം. പിന്നീട് എത്രയോ കഴിഞ്ഞാണ് നമ്മുടെ പ്രിയങ്കരരായ ചുമട്ടുതൊഴിലാളികൾ ആ പ്രയോഗം തട്ടിയെടുത്തത്.

എന്തായാലും അന്നത്തെ ഏർപ്പാട് പൊതുവെ അങ്ങനെയൊക്കെയായിരുന്നു. ഹോസ്റ്റലിൽ നിന്ന് സെറ്റുകൂടി പടം കാണാൻ പോകുന്നവർക്കെല്ലാം ഒരു മിനിമം പ്രോഗ്രാം കാണും. ഒന്നുകിൽ ഏതെങ്കിലും രോമാഞ്ചനായിക. അല്ലെങ്കിൽ ഒരു പാട്ടുസീൻ. ആക്ഷൻ സീൻ. കോമഡി സീൻ. പടം കഴിഞ്ഞ് ആഘോഷമായി ഇറങ്ങുമ്പോൾ പറഞ്ഞു രസിക്കാനായി ഏതെങ്കിലും ഉഗ്രൻ ഡയലോഗിന്റെ തുണ്ട്.

പിന്നെ തോമസ് കോശിയെ പോലുള്ള ചിലരുടെ നോട്ടം പാട്ടുപുസ്തകങ്ങളിലായിരുന്നു. അതും ഈരണ്ടു കോപ്പി. ഒന്ന് അവന്, മറ്റേത് തിരുവല്ലയിലുള്ള വല്ല്യമ്മച്ചിക്ക്.

എന്തായാലും പ്യാസയിൽ ഞാൻ വഹീദാ റഹ്മാനെ മാത്രമേ കണ്ടുള്ളൂവല്ലോ. ആ മഷിയെഴുതിയ കടക്കണ്ണിൽ ആരും വീണു പോകുന്ന പ്രായം.

അങ്ങനെ പ്യാസയിലെ ചങ്ങമ്പുഴക്കവി ഗുരുദത്തിനെ കണ്ടില്ല. ഇത്രയേറെ കൊട്ടിഘോഷിച്ച മാലാ സിൻഹയെ കണ്ടില്ല. ജോണി വാക്കറേയും റഹ്മാനേയും കണ്ടില്ല. എന്തിന്, തിരശ്ശീലയ്ക്ക് പുറകിൽ ഒരു ഹാർമോണിയം പെട്ടിയുമായിരുന്ന് ഉഗ്രൻ ഈണങ്ങളുണ്ടാക്കിയ ബർമ്മൻദായെ പോലും കണ്ടില്ല.

അതാണ് വഹീദാ റഹ്മാന്റെ മാജിക്!

വഹീദാ റഹ്മാനെ കാണുന്നവർക്ക് വഹീദാ റഹ്മാനെ മാത്രമേ കാണാനാവൂ. മറ്റുള്ള കാഴ്ചകളെല്ലാം ബ്ലാങ്ക്! മാലാ സിൻഹയുടെ മാദകത്വമല്ല, കലർപ്പില്ലാത്ത ശാലീന സൗന്ദര്യം. വെറുതെയല്ല, പാട്ടുകാരി ഭാര്യയുള്ള ഗുരുദത്ത് പോലും മയങ്ങി വീണു പോയത്.

അല്ലെങ്കിലും, പലപ്പോഴും അങ്ങനെയാണ് സംഭവിക്കാറ്. ഒറിജിനൽ ദേവാനന്ദായിരുന്ന ഹോളിവുഡിലെ ഗ്രിഗറി പെക്കിനെ കാണാനായി റോമൻ ഹോളിഡേക്ക് പോയി തിരിച്ചുവന്നത് ആഡ്രി ഹെപ്ബേണിനെ മാത്രം കണ്ടുകൊണ്ടായിരുന്നു.

ഒന്നും വേണ്ടാ, ഈ ബർസാത്തിൽ രാജ്കപൂറെവിടെ, നർഗ്ഗീസ് മാത്രമല്ലേയുള്ളൂ. അതും ഒരു പത്തിരുപത് നർഗ്ഗീസ്. ചൽത്തി കാ നാം ഗാഡിയിൽ അശോക്കുമാറും കിഷോർകുമാറും എവിടെ? മധുബാലയുടെ ചിരിയിൽ മയങ്ങാത്തവർ ആരുണ്ട്?

എന്തായാലും പ്യാസ കണ്ടതോടെ ഒരു കാര്യം ഉറപ്പായി. പെണ്ണിന്റെ ഏറ്റവും ക്ലിയറായ രൂപം വഹിദാ റഹ്മാൻ തന്നെ. അവളുടെ ഏഴ യലത്ത് വരില്ല നമ്മടെ മിസ് കുമാരിയും ബി.എസ്. സരോജ യുമൊക്കെ.

പടം കഴിഞ്ഞ് പത്തിരി തിന്നാൻ ബ്രോഡ്വെയിൽ കയറിയ പ്പോൾ ഞാൻ ഉള്ള കാര്യം പറഞ്ഞു.

ഈ പടത്തിൽ വഹീദാ റഹ്മാാൻ മാത്രമേയുള്ളൂ.

പക്ഷേ, സംഗതി തീരെ ഏറ്റതായി തോന്നിയില്ല. മിക്കവരും മാലാ സിൻഹയുടെ സൈഡായിരുന്നു. അവരൊക്കെ വീണത് മാലാ സിൻഹയുടെ മുഖം കണ്ടിട്ടല്ല, ബോഡി കണ്ടിട്ടാണെന്നത് വേറെ കാര്യം.

പക്ഷെ, കോയ മാത്രം വേറൊരു ലൈൻ പിടിച്ചു.

''ഏതവള് വേഷം കെട്ടി വന്നാലും മ്മടെ മധുബാലേന്റെ അടുത്ത് വരില്ല,'' കോയ പറഞ്ഞു. ഒരാളെ പോലെ ഏഴാള് എവടെങ്കിലും കാണുമെന്നാ കേട്ടിരിക്കണത്. പക്ഷെങ്കില് ഈ മധുബാലേന്റെ ചേലിക്ക് ഒരേയൊരു മധുബാല മാത്രം, ഇദ്ദുനിയാവില്. ഓള്ടെ ഡിസൈൻ ശര്യാക്കീട്ട് പടച്ചോൻ ഒരു രണ്ടൂസം റസ്റ്റെടുത്തൂന്നാ കേക്കണേ!

കോയയുടെ ചുമർ നിറയെ പല സൈസിലും പോസിലുമുള്ള മധുബാലകളാണ്. കോളേജ് ലൈബ്രറിയിലെ ഫിലിംഫെയറിൽ നിന്ന് ലൈബ്രേറിയൻ ഡ്രാങ്ക് കാണാതെ കീറിയെടുത്ത പടങ്ങൾ. വാർഡൻ പൗലോസച്ചൻ റൗണ്ടിനു വരുമ്പോൾ അവന്റെ മുറിയിൽ കേറാത്തതു അത്തറിന്റെ കുത്തുന്ന മണം പിടിക്കാത്തതു കൊണ്ടാ യിരുന്നത്രെ. എന്തായാലും മധുബാലയെ പോലൊരു പെണ്ണ് ഇതേ വരെ ജനിച്ചിട്ടില്ല, ഇനി ജനിക്കാനും പോണില്ലെന്ന് ഉറപ്പായിരുന്നു കോയയ്ക്ക്. (കോയ ദേവാനന്ദിന്റെ പടങ്ങൾ കാണാതായത് ദേവാ നന്ദിന് മധുബാലയിൽ ഒരു കണ്ണുണ്ടെന്ന് അറിഞ്ഞപ്പോഴായിരു ന്നത്രെ.).

എന്തായാലും വഹീദാ റഹ്മാനെന്ന പുതിയ പാർട്ടിയെ മധു ബാലയുടെ മുമ്പിൽ നിറുത്തി നേടിപ്പോകുക എളുപ്പമല്ലെന്ന് അറി യാവുന്നതു കൊണ്ട് ഞാനങ്ങനെ പ്ലാനിൽ ഒതുങ്ങി നിന്നു.

''വഹീദാ റഹ്മാന്റെ സമയം വരാൻ പോണേള്ളൂ, നിങ്ങള് കണ്ടോ.'' ഞാൻ മയത്തിൽ പറഞ്ഞു.

''ആ, കാണാം.'' കോയയും പറഞ്ഞു. കൂട്ടത്തിൽ സൈഡ് പിടിക്കാതെ തഞ്ചത്തിൽ നിൽക്കുകയായിരുന്നു കറിയാച്ചൻ.

എന്നാലും ഒരു കാര്യം സമ്മതിക്കാതെ വയ്യെന്ന് എനിക്കും അറിയാമായിരുന്നു. മധുബാലയുടെ ആ കൊല്ലുന്ന ചിരി!

സാരിത്തുമ്പോ, പുൽനാമ്പോ വല്ലതും കടിച്ചു പിടിച്ചു കൊണ്ട്, കണ്ണേറിഞ്ഞു കൊണ്ടുള്ള ഒരു കള്ളച്ചിരിയുണ്ട്. അതിൽ വീഴാത്ത കോയമാരില്ല. കൊടുത്ത കാശ് വസൂൽ. ഒരു പ്രാവശ്യം മധുബാലയെ കണ്ടാൽ മൂന്നു രാത്രിയിലേക്ക് കോളായി എന്നാണ് കോയ പറയുക.

പക്ഷേ, അതൊക്കെ അവന്റെ ടേസ്റ്റ്. വഹീദാ റഹ്മാൻ എപ്പോഴും വഹീദാറഹ്മാൻ തന്നെ. സിനിമാക്കാരിയുടെ മട്ടും മാതിരിയുമല്ല, നാട്ടിൻപുറത്തിന്റെ തെളിമയുള്ള മുഖം. അമ്പലപ്രാവിന്റെ വിശുദ്ധി. എന്നിട്ടും സംവിധായകൻ ഗുരുദത്ത് പ്യാസയിൽ അവളെ ഒരു തെരുവുവേശ്യയാക്കിയതിൽ ഞങ്ങളിൽ പലർക്കും വലിയ എതിർപ്പുണ്ടായിരുന്നു, കോയയ്ക്കും കറിയാച്ചനും വരെ.

പ്യാസ പിന്നീട് ഏത്ര പ്രാവശ്യം കണ്ടെന്ന് ഓർമ്മയില്ല. മേനകയിൽ നിന്ന് ആലുവാ പങ്കജത്തിലേക്കും അവിടന്ന് പല കണകുണ തിയേറ്ററുകളിലേക്കുമായി വഹീദാ റഹ്മാൻ അങ്ങനെ തളരാതെ യാത്ര തുടർന്നെങ്കിലും എന്റെ ഉള്ളിൽ എപ്പോഴും ആദ്യത്തെ കാഴ്ച തന്നെയായിരുന്നു സത്യമായ കാഴ്ച.

അതായത് മേനകയിലെ വഹീദ! ആദ്യത്തെ കാഴ്ച. ആദ്യത്തെ കണ്ണേറ്.

പടം പിടിച്ചയാളും നായകനുമായ ഗുരുദത്ത് ഒരുപാട് സെന്റിമെന്റ്സൊക്കെ കാട്ടി ജനത്തെ കരയിപ്പിച്ച് കയ്യിലെടുക്കാൻ നോക്കിയെങ്കിലും ഞാനയാളെ മൈൻഡ് ചെയ്തതേയില്ല. കണ്ടത് വഹീദാ റഹ്മാനെ മാത്രം. അന്നൊക്കെ ഒരേയൊരു മോഹമേ ഉണ്ടായിരുന്നുള്ളൂ. എന്നെങ്കിലും അവളെ നേരിൽ കാണണം. പറ്റുമെങ്കിൽ ഒന്നു മിണ്ടണം, ഓട്ടോഗ്രാഫ് മേടിക്കണം.

അതു കേട്ടപ്പോൾ കോയ കുലുങ്ങിച്ചിരിച്ചു. ''ഈ സിനിമാക്കാരികളെ ഒന്നും ഒരിക്കലും നേരിൽ കാണാൻ നോക്കരുത്,'' കോയ ഉപദേശിച്ചു. ''മിക്കവരും തനി കാക്കക്കറുമ്പികളും കാശിന് കൊള്ളാത്തവരും. ഈ കാണണതൊക്കെ വെറും മേക്കപ്പല്ലേ. പിന്നെ കുറെ

ക്യാമറ ട്രിക്കും. പക്ഷേ, തിരയിലും നേരിലും കാണാൻ കൊള്ളാവുന്ന ഒരേയൊരു പെണ്ണേ ഉള്ളൂ, മധുബാല. മേക്കപ്പേ വേണ്ടാത്ത പെണ്ണ്.'' കോയ പറഞ്ഞു തന്നു. മാത്രമല്ല, മധുബാലയെ നേരിൽ കാണാൻ അയാളൊരിക്കൽ ബോംബെയ്ക്ക് പോവുന്നുണ്ടത്രെ. അവിടത്തെ സ്റ്റുഡിയോകളുടെ മുമ്പിൽ ചുറ്റിക്കറങ്ങി നിന്നാൽ എന്നെങ്കിലും ആ പുണ്യം കിട്ടിയേക്കുമെന്ന് ഫ്ളോറാഫൗണ്ടനിൽ കച്ചവടം നടത്തുന്ന ഐദ്രോസ് പറഞ്ഞു കൊടുത്തിട്ടുണ്ട്. അയാള് തന്നെ ദിലീപ്കുമാറിനേയും മീനാകുമാരിയേയും എത്രയോ തവണ കണ്ടിരിക്കുന്നു.

വർഷങ്ങൾക്കു ശേഷം ബോംബെയ്ക്ക് പോകുമ്പോൾ ഇതൊക്കെ മനസ്സിലുണ്ടായിരുന്നെങ്കിലും അതൊന്നും ഞാൻ വിശ്വസിച്ചിരുന്നില്ല.

പിന്നീട്, ഒരു നിയോഗം പോലെ വഹിദാ റഹ്മാനെ ഉയിരോടെ കാണാനായത് മഹാലക്ഷ്മിയിലെ ലോട്ടസ്സ് തിയേറ്ററിനു മുമ്പിൽ വച്ചായിരുന്നു. ബീസ് സാൽ ബാദ് എന്ന പടത്തിന്റെ ആദ്യകളി നടക്കാൻ പോകുകയായിരുന്നു. അന്നത്തെ നാട്ടുനടപ്പനുസരിച്ച്, ആദ്യദിവസത്തെ സെക്കന്റ് ഷോ കാണാനാണ് സിനിമാക്കാര് വരികയെന്ന് സഹമുറിയനായ ചവാൻ പറഞ്ഞു തന്നിരുന്നു. എന്തായാലും താമസം അടുത്തുള്ള വർളി നാക്കയിലായിരുന്നതു കൊണ്ട് ടിക്കറ്റിനുള്ള ക്യൂവിൽ സാമാന്യം മുമ്പിൽ ഇടം കിട്ടി.

അങ്ങനെ സ്റ്റൈലിൽ നിൽക്കുമ്പോൾ അതാ ഒരു സാധാരണ അംബാസഡറിൽ വന്നിറങ്ങുന്നു വലിയ മേക്കപ്പൊന്നുമില്ലാതെ വഹീദാ റഹ്മാൻ. പിന്നെ ബിശ്വജിത്ത്, ഹേമന്ത്കുമാർ, പേരില്ലാത്ത കുറെ കശപിശ ഹിന്ദിക്കാരും. ഞാൻ കൈ വീശി പേര് വിളിച്ചപ്പോൾ അവൾ തിരിഞ്ഞൊന്ന് നോക്കി ഒരു ഫ്രീ പുഞ്ചിരി തന്നു.

അതോടെ കോയയെ ഇനി എന്നെങ്കിലും കാണാനായാൽ തല്ലാതെ വയ്യെന്ന് ഉറപ്പായി. ഇത് ചന്തമല്ലെങ്കിൽ പിന്നെ ഏതാണ് ഉണ്മയായ ചന്തം?

* * *

പിന്നീട് വർഷങ്ങൾ എത്രയോ കൊഴിഞ്ഞു പോയിരിക്കുന്നു.

അന്ധേരിയിലെ ചന്തിരാണി എക്സ്പോർട്ട്സെന്നെ കയറ്റുമതി സ്ഥാപനത്തിൽ പണിക്ക് ചേരുമ്പോഴായിരുന്നു എന്റെ രണ്ടാം കാഴ്ച.

മഹാകാളി കേവ്സ് റോഡിലെ ഒരു പഴയ കെട്ടിടത്തിന്റെ മൂന്നാം നിലയിലാണ് ചന്തിരാണി എക്സ്പോർട്ട്സെന്ന കയറ്റുമതി സ്ഥാപനം. രാജ്യത്തിന്റെ പല ഭാഗങ്ങളിൽ നിന്നുമായി സംഘടിപ്പിക്കുന്ന തുണിത്തരങ്ങൾ യൂറോപ്പിലേക്കും അമേരിക്കയിലേക്കും കയറ്റി അയയ്ക്കുന്ന ഏർപ്പാടാണവർക്ക്. കല്യാണിൽ സ്വന്തമായൊരു ഗാർമെന്റ് ഫാക്റ്ററിയുമുണ്ട്. വിഭജനക്കാലത്ത് ചെറിയൊരു ഭാണ്ഡവുമായി സിന്ധിൽനിന്ന് ജീവനും കൊണ്ട് ഓടി വന്നവരാണ് ചന്തിരാണിമാർ. കുറെ നാൾ കടപ്പുറത്തും കടത്തിണ്ണകളിലുമായി മൂടിപ്പുതച്ചു കിടന്നു, ആണും പെണ്ണും. അഭയാർത്ഥികൾക്ക് ഹോട്ടലുകാർ അലിവ് കാട്ടി കൊടുക്കുന്ന റൊട്ടികൾ പങ്കിട്ട് അവർ കഴിഞ്ഞു കൂടി. പിന്നീട് കല്യാണിലെ അഭയാർത്ഥി ക്യാമ്പിലേക്ക്. അവിടന്ന് ഉല്ലാസ് നഗറിലെ സിന്ധി കോളണിയിലേക്ക്. എന്തിന്റെയും ഡ്യൂപ്ലിക്കേറ്റുകളുണ്ടാക്കുന്ന കൈവിരുതുണ്ടായിരുന്നു അവരിൽ ചിലർക്ക്. ഒറിജിനലിനെ വെല്ലുന്ന വ്യാജൻ. അങ്ങനെ ഉല്ലാസ് നഗർ സിന്ധി അസോസിയേഷന്റെ 'മെയിഡ് ഇൻ യു.എസ്.എ' തന്നെ വലിയൊരു ബ്രാൻഡായി.

അക്കൂട്ടത്തിൽ ശരിക്ക് പച്ച പിടിച്ചയാളാണ് ഈ കമ്പനി തുടങ്ങി വച്ച മഹേഷ് ചന്തിരാണി. ചുവരിലെ പടമാകേണ്ട പ്രായമായതുകൊണ്ട് ഇപ്പോൾ പൊതുവെ വിശ്രമത്തിലാണ്.

കമ്പനിക്കാര്യങ്ങൾ നോക്കി നടത്തുന്നത് മക്കൾ സുശീൽ, സുനിൽ ചന്തിരാണിമാർ.

കുടുംബത്തിന്റെ രാജമാതാവായി കടിഞ്ഞാൺ കൈ വിടാതെ അമ്മ ലീലാബായ് ചന്തിരാണിയും.

ചെറുതെങ്കിലും മോടിയിൽ ഒരുക്കിവെച്ച റിസെപ്ഷനിലാണ് ഞാൻ വഹിദാ റഹ്മാനെ വീണ്ടും കാണുന്നത്. ശരിക്കും സിനിമയിൽ കാണുന്നതുപോലെ തന്നെ. സിമ്പിളെങ്കിലും ചന്തമുള്ള വേഷം. ചിരിക്കുമ്പോൾ അതേ മുഖപ്രസാദം. കവിളത്ത് അതേ നുണക്കുഴി. കുറെ മേക്കപ്പൊക്കെ ഉണ്ടെങ്കിലും വലിയ തെറ്റില്ല. പ്യാസയും കഴിഞ്ഞ് കുറെക്കാലം ബോംബെയിൽ ജീവിച്ചതുകൊണ്ടാവാം ആ പഴയ ലാളിത്യമില്ല മുഖത്ത്.

വഹീദയ്ക്ക് എന്നെ തീരെ മനസ്സിലായില്ലെന്ന് തോന്നി. അതുകൊണ്ടാവാം അവൾ പെരുമാറിയതും വളരെ ഔപചാരികമായിട്ടായിരുന്നു. ലൗഞ്ചിൽ ഇരിക്കാൻ പറഞ്ഞിട്ട് എന്റെ കടലാസുകൾ അലസമായി മറിച്ചു നോക്കിയിട്ട് ബോസ്സിന് എത്തിക്കുകയെന്ന സാധാരണകർമ്മം മാത്രം.

ബോസ്സ് അകത്തേക്ക് വിളിക്കുന്നതു വരെ ഞാൻ വഹീദാ റഹ്മാന്റെ ഓരോ ചെറിയ ചലനങ്ങളും ശ്രദ്ധിച്ചു കൊണ്ട് അങ്ങനെയിരുന്നു. നോക്കി നോക്കി അവളുടെ ചന്തം പെരുകുന്നതു പോലെ.

പക്ഷേ, അവളുടെ മുഖത്താകട്ടെ മുമ്പ് കണ്ട പരിചയമേ ഇല്ല. പണ്ട് എനിക്കൊരു പുഞ്ചിരി തന്ന മട്ടേയില്ല.

എന്തായാലും, ഓർമ്മപ്പെടുത്തൽ പതുക്കെ മതിയെന്ന് ഞാൻ തീരുമാനിച്ചു. പക്ഷേ, പിന്നീടുള്ള ദിവസങ്ങളിലും അവളുടെ പെരുമാറ്റത്തിൽ കാര്യമായ മാറ്റങ്ങളൊന്നും കാണാനായില്ല. രാവിലത്തെ ഗുഡ്മോണിങ്ങും വൈകിട്ടത്തെ ഗുഡ്നൈറ്റും ഓഫീസിലെ എല്ലാ ജീവനക്കാർക്കും സമൃദ്ധമായി കിട്ടുന്നവ തന്നെ.

ഇനി എന്നായിരിക്കും, അറിഞ്ഞു മനസ്സിലാക്കി, എനിക്ക് മാത്രമായി മാത്രമായൊരു സുപ്രഭാതം തരപ്പെടുക?

ഞാൻ കാത്തിരിക്കുകയായി.

ഒന്നോ രണ്ടോ ആഴ്ചകൾ കഴിഞ്ഞിരിക്കണം. ഈ ഔപചാരികതയുടെ ഭാരം വല്ലാതെ ശല്യപ്പെടുത്താൻ തുടങ്ങിയപ്പോൾ, പരിചയക്കേടിന്റെ ആ കനത്ത തോട് പൊട്ടിക്കാതെ വയ്യെന്നായി.

ആ ചെറിയ സ്വീകരണമുറിയിൽ ചന്ദ്രക്കലയുടെ ആകൃതിയിലുള്ള കൗണ്ടറിനു പുറകിൽ അവൾ മാത്രം. ചുറ്റും പല നിറങ്ങളിലുള്ള ടെലഫോണുകൾ. പുറകിൽ കമ്പനിയുടെ ലോഗോ പതിപ്പിച്ച പിച്ചള ബോർഡ്.

''ഞാൻ നാരായണൻകുട്ടി. ഓർമ്മയില്ലേ?'' തെല്ലൊരു ചമ്മലോടെയാണ് ഞാൻ ചോദിച്ചത്.

''ഓ, ഇവിടത്തെ കടലാസുകളിൽ കണ്ടു നിങ്ങളുടെ പേര്. മദ്രാസികളുടെ വികടപ്പേരായതു കൊണ്ട് ഓർക്കാനും പാടാണ്.'' വഹീദാ റഹ്മാൻ വെടിപ്പായ പല്ലുകൾ കാട്ടി ചിരിച്ചപ്പോൾ അതേ പഴയ നുണക്കുഴി തെളിഞ്ഞു വരികയായി. പ്യാസയിൽ കണ്ട ചിരി. മേനകയിൽ കണ്ട ചിരി. ലോട്ടസിൽ കണ്ട ചിരി. ചൗദ്‌വിൻ കാ ചാന്ദിൽ കാണാനിരുന്ന ചിരി.

''ഓർമ്മയുണ്ടോ എന്നെ? ആദ്യം കണ്ടത് പ്യാസയിലാണ്. മേനകയിൽ. പിന്നെ വേറെ പല പടങ്ങളിൽ. പല തരം കൊട്ടകകൾ. നേരിൽ കണ്ടത് ഇവിടത്തെ ലോട്ടസിൽ....എന്തൊക്കെയായാലും പ്യാസ പ്യാസ തന്നെ. അതിനപ്പുറമൊന്ന് തനിക്കിനി കിട്ടാനും പോണില്ല.''

''പ്യാസ...മേനക...കൊട്ടക!'' വഹീദാ റഹ്മാൻ തെല്ലൊന്ന് കുഴങ്ങുന്നതു പോലെ തോന്നി. ''മനസ്സിലാവണില്ലല്ലോ.''

''എറണാകുളം മേനകയിൽ വെച്ച്. കായലിനടുത്തുണ്ടായിരുന്ന ആ ടാക്കീസ് ഇപ്പോഴില്ല. ഇപ്പൊ അവടെയൊരു ഷോപ്പിങ്ങ് കോംപ്ല ക്സാണ്.''

''എറണാകുളം....പ്യാസ...മേനക...കായൽത്തീരം. നിങ്ങൾക്കാള് മാറിയിരിക്കും മിസ്റ്റർ കുട്ടി?''

അപ്പോഴേക്കും ഒരു കാൾ വന്നതുകൊണ്ട് വഹീദാ റഹ്മാന്റെ ശ്രദ്ധ അതിലേക്ക് തിരിഞ്ഞു. കുറച്ചുനേരം അവിടെത്തന്നെ പരുങ്ങി നിന്നിട്ട് ഞാൻ എന്റെ സീറ്റിലേക്ക് മടങ്ങി.

കാന്റീനിൽ ഊണ് കഴിക്കാനിരിക്കുമ്പോൾ ഒപ്പം പണിയെടു ക്കുന്ന റാനഡെയാണ് വഹീദാ റഹ്മാനെപ്പറ്റി കൂടുതൽ പറഞ്ഞു തന്നത്.

ആളൊരു ബംഗ്ലാദേശിയാണെന്ന് റാനഡെ ആദ്യമേ പറഞ്ഞു. ശരിയായ പേരും വഹീദയെന്നു തന്നെയാണെങ്കിലും സിനിമയിൽ അഭിനയിച്ചിട്ടുണ്ടോയെന്ന് അയാൾക്കറിഞ്ഞു കൂടാ. റാനഡെ കുടുംബത്തിന് പൊതുവെ സിനിമയിൽ തീരെ വിശ്വാസമില്ല. വെറും തട്ടിപ്പ്. ജന്മനാ വലിയ ഭക്തന്മാരായതുകൊണ്ട് കോവിലിൽ നിന്ന് കോവിലിലേക്കുള്ള യാത്രകളിലൂടെ ജീവിതം നിറയുന്നു. ഏറ്റവും അടുപ്പം പ്രഭാദേവിയിലെ സിദ്ധിവിനായക് ക്ഷേത്രത്തോട്. എന്താ യാലും വർഷത്തിലൊരിക്കൽ ഷിർദ്ദിയാത്ര നിർബ്ബന്ധം. പിന്നെ വല്ലപ്പോഴും പന്ധരീപ്പൂർ, നാസിക്ക്, ഹരിദ്വാർ, ഋഷികേശ്....

റാനഡെ അവളെ ബംഗ്ലാദേശിയെന്ന് വിളിച്ചത് ലേശം പുച്ഛത്തോ ടെയാണ്. മുംബൈക്കാരുടെ തനതായ വിഭവങ്ങളിൽ പങ്കു പറ്റാൻ വന്നു കയറിയ അഭയാർത്ഥികൾ.

എത്ര ആയിരങ്ങൾ വന്നു കയറിയിട്ടുണ്ടെന്ന് ആർക്കറിയാം. വളരെ മുമ്പേ തഞ്ചത്തിൽ ഒളിച്ചും പതുങ്ങിയും വന്നവർ, പിന്നീട് വലിയൊരു ഒഴുക്കിനോടൊപ്പം എത്തിയവർ, ഇപ്പോഴും വന്നു കൊണ്ടിരിക്കുന്നവർ. യാതൊരു കണക്കും കടലാസുമില്ല സർക്കാ രിന്റെ കയ്യിൽ. നഗരത്തിന്റെ പല ഭാഗങ്ങളിലുമുള്ള ചാളുകൾ ഇവർ കൈവശപ്പെടുത്തിയിരിക്കുന്നു. ചില കോളണികൾ ഇവരുടെ പേരിൽ തന്നെ അറിയപ്പെടുന്നു. ഈ പൊറുതിയേക്കാൾ ചാളുകളിൽ നിന്ന് അപ്പാർട്ട്മെന്റുകളിലേക്കും അവിടന്ന് വില്ലകളിലേക്കുമുള്ള അവരുടെ വളർച്ചയാണ് റാനഡെയെ അലട്ടുന്നത്. ഓരോന്ന് നേടി യെടുക്കാൻ വേണ്ടി ഏതറ്റവും പോകാൻ മടിയില്ലാത്തവർ.

ആരും ചോദിക്കാനില്ലാത്ത അവസ്ഥ. പാക്കിസ്ഥാനിൽ നടക്കുമോ ഇത്? ചൈനയിലോ? ഒന്നും വേണ്ടാ, ബംഗ്ലാദേശുകാർ അകത്ത്

കേറ്റോ, മറുനാട്ടുകാരെ? ഫുട്പാത്ത് കച്ചവടം തൊട്ട് മോഷണവും പിടിച്ചുപറിയും കൊലപാതകവും വരെ. പലതിനും പുറകിൽ ഇവരായിരിക്കും.''

റാനഡെയുടെ അരിശം പതഞ്ഞു പൊങ്ങുകയാണ്.

''അതെങ്ങനെ ഉറപ്പിച്ചു പറയാൻ കഴിയും, ചങ്ങാതീ? ഈ മഹാനഗരത്തിലെ എല്ലാ കൊള്ളരുതായ്മകൾക്കും ഒരു കൂട്ടരെ മാത്രം ഉത്തരവാദികളാക്കുന്നതെങ്ങനെ?'' ഞാൻ ചോദിച്ചു.

''അതങ്ങനെയാണ് മിസ്റ്റർ? മുംബൈയുടെ ശരിക്കുള്ള അവകാശികളുടെ സങ്കടം നിങ്ങൾക്ക് മനസ്സിലാവില്ല.''

''ശരിക്കുള്ള അവകാശികളോ?''

ഞാൻ പറഞ്ഞത് റാനഡെയ്ക്ക് തീരെ രസിച്ചില്ലെന്ന് തോന്നി. അയാളിലെ മറാഠാ അഭിമാനം ഉണർന്നു.

''പിന്നല്ലാതാരാ, സുഹൃത്തേ,'' അയാളുടെ ശബ്ദം പൊങ്ങി. ''വിളിക്കാതെ വന്നു കയറിയ ഈ വരത്തരുടെ കടന്നുകയറ്റം കൊണ്ട് മണ്ണിന്റെ മക്കൾക്ക് കഴിഞ്ഞു കൂടാൻ വയ്യാതായിരിക്കുന്നു. സിറ്റിയുടെ പേര് മാറ്റിയതു കൊണ്ടു മാത്രം മുംബൈ, മുംബൈക്കറുടേതാകില്ല. എല്ലാ വരത്തരേയും അടിച്ചോടിച്ചില്ലെങ്കിൽ പിറന്ന നാട്ടിൽ ഞങ്ങൾക്ക് ഇടമില്ലാതാകും. ഞങ്ങടെ സംസ്കാരം, ഞങ്ങളുടെ പൈതൃകം. ഒരു നാൾ മുംബാദേവിയുടെ കണ്ണു തുറന്നാൽ മുംബൈ കത്തും, കണ്ടോ...''

പല വേദികളിൽ നിന്നും പലപ്പോഴായി പല ശീലിൽ കേട്ടു പഴകിയ കാര്യങ്ങൾ. വരത്തരെന്ന് പറയുമ്പോൾ അതിൽ ഞങ്ങൾ മദ്രാസികളും പെടുമെന്ന് ഓർത്തിട്ടാവാം റാനഡെ ഒന്നൊതുങ്ങി. തിടുക്കത്തിൽ തിരുത്താൻ നോക്കി.

''അല്ലാ, ഞാൻ ഉദ്ദേശിക്കുന്നത് ഈ ബംഗ്ലാദേശി അഭയാർത്ഥികളെ തന്നെയാണ്. പിന്നെ ബീഹാറിൽ നിന്നും യുപി.യിൽ നിന്നും വന്നു കയറുന്ന ഒരുപാട് ക്രിമിനലുകളുണ്ട്. അതു വേറെ കാര്യം. ഇപ്പൊ ഞങ്ങളുടെ പ്രധാന പ്രശ്നം ഈ അയൽദേശികളാണ്. അതായത് ഇല്ലീഗൽ ഇമിഗ്രന്റ്സ്. ഇവരുടെ ഒഴുക്ക് തടയാൻ ഒരു നിയമവുമില്ലേ നമ്മുടെ നാട്ടിൽ? ഇന്ത്യ ബംഗ്ലാദേശിൽ പോയി യുദ്ധം ചെയ്തത് ആർക്കുവേണ്ടി? നമ്മുടെ കുറെയേറെ ജവാന്മാർ ചത്തൊടുങ്ങിയത് മാത്രം മിച്ചം. പിന്നെ ഈ അഭയാർത്ഥികളും. എല്ലാം കഴിഞ്ഞ് ഇപ്പോൾ ബംഗ്ലാദേശ് നമ്മളുമായി അത്ര രസത്തിലല്ല താനും...''

അത്തരം കാര്യങ്ങളിൽ യാതൊരു താൽപ്പര്യവുമില്ലാത്തതു കൊണ്ട് ഞാനൊന്ന് നിവർന്നിരുന്ന് കൊട്ടുവായിട്ടു.

എനിക്ക് അറിയേണ്ടിയിരുന്നത് വഹീദാ റഹ്മാനെപ്പറ്റി മാത്ര മായിരുന്നു. ഇത്തിരി കഴിഞ്ഞ് ആവേശം ഒന്നടങ്ങിയപ്പോൾ റാനഡെ അതിലേക്ക് വന്നു.

''നല്ല കൊച്ചാണ്, പാവം കൊച്ചാണ്.'' റാനഡെ സമ്മതിച്ചു. ''പക്ഷേ, നമ്മുടെ കുട്ടികൾക്ക് കിട്ടേണ്ട ജോലിയാണ് അവൾ തട്ടി യെടുത്തതെന്ന് മറക്കരുത്. വാസ്തവം പറഞ്ഞാൽ ഇവളെ ജോലിക്ക് എടുത്തതുതന്നെ തെറ്റാണ്. നാടെവിടെയെന്ന് ചോദിച്ചാൽ 24 പർഗാനയെന്ന് പറയും. പക്ഷേ, ഇവർ പറയുന്നത് ശരിയായ ബംഗാ ളിയല്ലെന്ന് കേട്ടാലറിയാം. ഏതോ യൂണിവേർസിറ്റിയിൽ നിന്ന് ബി.എ. പാസ്സായിട്ടുണ്ടെന്നാണ് പറയുന്നത്.''

''സർട്ടിഫിക്കറ്റുകൾ...?''

''അതൊക്കെ ശരിയാണോയെന്ന് ആർക്കറിയാം? ഇന്ത്യൻ പൗരത്വം പോലുമില്ലാത്തൊരാൾക്ക് നമ്മുടെ സ്ഥാപനത്തിൽ ജോലി കൊടുക്കുകയെന്നു വെച്ചാൽ?''

''അതൊക്കെ എങ്ങനെ...?''

''ഒക്കെ ആ ലീലാമണിബായിയുടെ കാരുണ്യം. ചൊല്ലുളിയുള്ള സുശീൽഭായിയുടെ തലയാട്ടൽ.''

റാനഡെ ഊറിച്ചിരിച്ചു. ആരെങ്കിലും കേൾക്കുന്നോണ്ടെന്ന് നാലുപാടും നോക്കിയിട്ട് പതിയെ പറയാൻ തുടങ്ങി. ''അവരും ഇതുപോലെ ഒരുപാട് പങ്കപ്പാടുകളിലൂടെ കടന്നുപോന്നവരല്ലേ? വിഭജനകാലത്ത് സകലതും ഇട്ടെറിഞ്ഞ് ജീവൻ രക്ഷിക്കാനായി സിന്ധിൽ നിന്ന് ഒളിച്ചോടിപ്പോന്നതാണ് മഹേഷ് ചന്തിരാണിയുടെ കുടുംബം. വെറും ഉടുതുണി മാത്രമായി കരിംപട്ടിണിയിൽ എത്രയോ നാൾ കൽബാദേവിയിലെ പീടികത്തിണ്ണകളിലും പാഴ്സി സത്രങ്ങളിലെ വരാന്തകളിലും കിടന്നുറങ്ങിയിരിക്കുന്നു അവർ. പിന്നെ ക്രാഫോർഡ് മാർക്കറ്റിൽ നിന്നെടുക്കുന്ന തുണി തലച്ചുമ ടായി കൊണ്ടു നടന്നുള്ള കച്ചവടം. വെച്ചടി നേടിപ്പോന്നത് കഴിവും ഭാഗ്യവും ഒപ്പം ചേർന്നതുകൊണ്ട് മാത്രം.''

''അതിന്റെ സിംപതിയായിരിക്കും ഇവളോട്.''

''എന്തുന്ന് സിംപതി? അമ്മയും മകളും കൂടി പോയി കാൽക്കൽ വീണപ്പോൾ രാജമാതാ കനിഞ്ഞു കാണും, അത്ര തന്നെ.'' റാന ഡെയുടെ ഒച്ച പൊങ്ങി. ''പക്ഷേ, അതുകൊണ്ടെന്തു കാര്യം?

എപ്പോൾ വേണമെങ്കിലും പൊലീസ് പിടിച്ചു പുറത്താക്കാം. യാതൊരു സർക്കാർ രേഖയിലും പേരില്ലാത്തവർക്ക് ഇവിടെയെന്തു കാര്യം?''

''വേറെയാരുമില്ലേ ഇവൾക്ക്?''

''ആർക്കറിയാം. അച്ഛനും ആങ്ങളയും നാട്ടിലുണ്ടത്രെ. ആർക്കറിയാം നേര്? ഉണ്ടായിരുന്നെങ്കിൽ തന്നെ അതിർത്തി കടന്ന് ഓടിപ്പോരുന്ന വഴിക്ക് ഓരോ വഴിക്കായിരിക്കാം. അല്ലെങ്കിൽ അവർ ഇവരെ ഉപേക്ഷിച്ചു സ്വന്തം തടി നോക്കിയതാവാം. അല്ലെങ്കിൽ ചന്തക്കാരി പെണ്ണുങ്ങളെ തടിമിടുക്കുള്ള ആരെങ്കിലും പിടിച്ചു കൊണ്ടു പോന്നതാകാം. ഇപ്പോൾ തന്നെ ഒരുത്തനുണ്ട് കൂടെ രക്ഷകർത്താവെന്ന പേരിൽ. കറുത്തുരുണ്ട, കവിളത്ത് ഒരു വെട്ടിന്റെ പാടുള്ള കുറ്റിമുടിക്കാരൻ. ആകെക്കൂടി ഒരു ചട്ടമ്പിലുക്ക്. ചാളുകളിൽ കഴിഞ്ഞുകൂടണമെങ്കിൽ ഇത്തരം പാർട്ടികളുടെ പിൻബലം വേണമായിരിക്കും. എന്തായാലും അവളയാളെ അലി അങ്കിൾ എന്നാണ് വിളിക്കാറ്. എടയ്ക്കൊക്കെ ഇവിടെ കയറി വരാറുണ്ട്, അവളുടെ കൈയിൽ നിന്ന് കാശ് മേടിക്കാനായിരിക്കും.''

ഇതൊക്കെ എന്നോട് വിസ്തരിക്കാൻ വീർപ്പുമുട്ടിയിരിക്കുകയായിരുന്നു അയാളെന്ന് തോന്നി.

എത്രയോ വർഷങ്ങൾക്കുശേഷം പ്യാസയിലെ കഥ മറ്റൊരു രൂപത്തിൽ പടരുന്നു, തിരശ്ശീലയിൽ നിന്ന് ജീവിതത്തിലേക്ക്.

പ്യാസയിലെ അഴുക്കുപിടിച്ച ചുറ്റുപാടുകളുടെ മറ്റൊരു വശം. പക്ഷേ, പ്യാസയിലെ ഗുലാബ് എന്ന പെണ്ണിന് അവകാശപ്പെടാനായി സ്വന്തമായൊരു തെരുവെങ്കിലുമുണ്ടായിരുന്നു. ഇവിടെയിപ്പോൾ ഒരു രേഖയിലും അടയാളമില്ലാത്ത വെറുമൊരു അഭയാർത്ഥി.

എനിക്ക് കൂടുതലായി പലതും അറിയണമെന്നുണ്ടായിരുന്നു. പ്യാസയിൽ നിന്ന് ചന്തിരാണി എക്സ്പോർട്ടസ് വരെ വഹീദാ റഹ്മാൻ നടന്നെത്തിയതിനെപ്പറ്റി. കടന്നുപോയ ചതുപ്പുകളേയും ചെളിക്കുണ്ടുകളേയും പറ്റി.

പക്ഷേ തിരെ അടുപ്പിക്കുന്ന മട്ടിലായിരുന്നില്ല വഹിദാ റഹ്മാൻ. മനപ്പൂർവ്വമായി അകലം കാക്കാൻ നോക്കുകയാണവൾ. ഒരുനാൾ ഞാൻ തഞ്ചത്തിൽ പറയാൻ നോക്കി.

''പ്യാസയിലെ ഗുരുദത്തിനെ പോലെ ഞാനും ചില കവിതകളൊക്കെ എഴുതിയിട്ടുണ്ട്. അവയിൽ ചിലതൊക്കെ അച്ചടിച്ചു വന്നിട്ടുമുണ്ട്. തെക്കൻ ഭാഷയിലാണെങ്കിലും ഹിന്ദിയിൽ അർത്ഥം പറഞ്ഞു തരാനാവും.''

''സോ വാട്ട്? ഞാനെന്തു വേണം?'' വഹീദാ റഹ്മാന്റെ മുഖം ചുവന്നു തുടുക്കുകയാണ്.

''പക്ഷേ, ഗുരുദത്തിന്റെ കവിയെ പോലെ തൊട്ടാവാടിയല്ല ഞാൻ.''

''കുറെ നാളായി തുടങ്ങിയിട്ട്... എന്താ വേണ്ടത് നിങ്ങൾക്ക്?''

അവളുടെ മുഖത്ത് സംശയം പതയുന്നതു പോലെ. അങ്ങനെ മറ്റുള്ളവർക്ക് കൊടുക്കാറുള്ള പതിവ് ഗുഡ്മോണിങ്ങ് എനിക്ക് മാത്രം കിട്ടാതായി. എന്നെ കാണുമ്പോഴേ ഇഷ്ടക്കേടോടെ അവൾ മുഖം പെട്ടെന്ന് വെട്ടിത്തിരിക്കുന്നു.

ഒരുപക്ഷേ, ഗുരുദത്തിനെ പറ്റി പറഞ്ഞത് ഇഷ്ടപ്പെട്ടു കാണില്ല. രണ്ടു പാർട്ടികളും ഒടുവിൽ ഉടക്കി പിരിഞ്ഞതാണെന്നാണ് കേട്ടിരുന്നത്. പക്ഷേ, അവരുടെ കെട്ടുപാടുകൾ കാരണമല്ലേ ആ പാവം ഗീതാദത്ത് കുടിച്ചു കുടിച്ചു മരിച്ചു പോയത്?

പിന്നെ എന്തൊക്കെയാ നടന്നത്?

കാഗസ്സ് കെ ഫൂൽ എട്ടു നിലയിൽ പൊട്ടിയത്... വഹീദാ റഹ്മാന്റെ വിവാഹം... ഗുരുദത്തിന്റെ പെട്ടെന്നുള്ള മരണം... അതെപ്പറ്റിയുള്ള ഒരുപാട് കഥകൾ...

എല്ലാമറിയാമെനിക്ക്. ഹല്ലാ പിന്നെ?

എനിക്ക് വേറെ ഉദ്ദേശ്യങ്ങളൊന്നുമില്ലെന്നും ഞാൻ വെറുമൊരു ആരാധകൻ മാത്രമാണെന്നും ഇവളെ പറഞ്ഞു മനസ്സിലാക്കുന്നതെങ്ങനെ?

എന്റെ ഇടങ്ങേറ് റാനഡെ മനസ്സിലാക്കിയെന്ന് തോന്നുന്നു. ഒരു ദിവസം കാന്റീനിൽ വെച്ച് അയാൾ മയത്തിൽ പറഞ്ഞു.

''അതങ്ങ് വിട്ടേരെ, ഭായി. തന്റെ ഉദ്ദേശ്യം എന്തു തന്നെയായാലും അടുക്കാൻ കൊള്ളാത്ത അലമ്പു കൂട്ടരാണ്. പിന്നെ അവരുടെ സെറ്റുകാരറിഞ്ഞാൽ തന്നെ തട്ടാനും മടിക്കില്ല.''

യാതൊരു ദുരുദ്ദേശമില്ലെന്നും കൂടുതൽ അറിഞ്ഞാൽ മാത്രം മതിയെന്നും ഞാൻ ആവർത്തിച്ചപ്പോൾ റാനഡെയ്ക്ക് ചിരി വന്നു. ഈ പ്രായത്തിൽ താൻ ഇതൊക്കെ എത്ര കണ്ടിരിക്കുന്നുവന്നെ മട്ടിൽ ഒരു കള്ളച്ചിരി ചിരിച്ചിട്ട് അയാൾ ആവർത്തിച്ചു.

''വിട്ടേരെ, ഭായി. അതാണ് തനിക്കും മദ്രാസികളായ മറ്റുള്ളവർക്കും നല്ലത്. ഒന്നോർത്തോ ഈ നഗരത്തിന് പല മുഖങ്ങളാണ്. നന്നായാൽ ഇതുപോലെ രസമുള്ള ചങ്ങാതിയെ ഈ ലോകത്തും പരലോകത്തും കണ്ടെന്നു വരില്ല. പെശകിയാലോ, ഛ്റീീംംം?''

റാനഡെ തനി നാടകീയമായ മട്ടിൽ അദൃശ്യമായ കത്തിമുന കൊണ്ടു കഴുത്തിനു കുറുകെ ഒരു വര വരച്ചിട്ട് സർപ്പം ചീറ്റുന്നതു പോലെ ചീറ്റി.

''ഒരു സാദാ മുംബൈക്കറെ ഒരു ദിവസം പെട്ടെന്നു കാണാതായാൽ തിരഞ്ഞു പോകാൻ പെറ്റമ്മയ്ക്ക് പോലും അധികാരമില്ലെന്നാ ഇപ്പോഴത്തെ നാട്ടുനടപ്പ്. അല്ലെങ്കിൽ എല്ലാവരും കൂടി അങ്ങനെ ആക്കിത്തീർത്തിരിക്കുന്നു ഞങ്ങളുടെ പ്രിയപ്പെട്ട നഗരത്തെ.''

എന്തോ, എനിക്കപ്പോൾ ആ റാനഡെയെ തീരെ മനസ്സിലായില്ല, ഒരർത്ഥത്തിൽ വഹിദാ റഹ്മാന്റെ ആ അനാവശ്യമായ പ്രതിരോധവും. ഞാൻ തിരക്കുന്നത് ചില സാമാന്യവിവരങ്ങൾ മാത്രം. ഒരു സഹപ്രവർത്തകന് സാമാന്യമായി എടുക്കാവുന്ന സ്വാതന്ത്ര്യം മാത്രം.

പക്ഷേ, പിന്നത്തെ തവണ കണ്ടപ്പോൾ വഹീദാ റഹ്മാന്റെ മട്ടും മാതിരിയും പൊടുന്നനെ മാറിയതായി തോന്നി.

''ഏയ് മിസ്റ്റർ, സത്യത്തിൽ നിങ്ങൾക്കെന്താണ് വേണ്ടത്? വെറുതെ എന്നെയെന്തിനാ ഇങ്ങനെ ശല്യപ്പെടുത്തുന്നത്? കുറെനാളായി ഈ തൊന്തരവ് തൊടങ്ങീട്ട് ഞാൻ വേണ്ടാന്നു വെക്കുന്തോറും നിങ്ങളുടെ ശല്യം കൂടി വരികയാണ്.''

''നോക്കൂ. അന്ന് മേനകയിൽ വെച്ച് പ്യാസ കണ്ട നാൾ തൊട്ട്...''

''തന്റെയൊരു മേനകയും പ്യാസയും. തനിക്കെന്തോ കാര്യമായ കുഴപ്പമുണ്ട്. ഇനിയും ശല്യപ്പെടുത്തിയാൽ എനിക്ക് ബോസ്സിനോട് പറയേണ്ടി വരും. ജോലിയെങ്ങാനും പോയാൽ എന്നെ കുറ്റം പറയരുത്. ചന്തിരാണി എക്സ്പോർട്ട്സിലെ ജോലിയുടെ വില ഒരുമാതിരി ബോംബെക്കാർക്കൊക്കെ അറിയാം.''

അവളുടെ പ്രകൃതം ആകെ മാറിയിരിക്കുന്നു. ഇപ്പോളവൾ ഇത്തിരി പോലും വഹീദാ റഹ്മാനല്ല.

പ്യാസയും ബീസ് സാൽ ബാദും കാഗസ് കെ ഫൂലും ചാദ്‌വിൻ കാ ചാന്ദുമൊന്നുമല്ല.

തീരെ മയമില്ലാത്ത സ്വരത്തിൽ അവളങ്ങിനെ കത്തിക്കയറിയപ്പോൾ ഞാൻ പതിയെ റിസപ്ഷന്റെ മുമ്പിൽ നിന്ന് മാറി. ഭാഗ്യത്തിന് അന്നേരം ആരും അവിടെ ഇല്ലായിരുന്നു.

സീറ്റിലേക്ക് മടങ്ങുമ്പോൾ എന്റെ ഉള്ള് വിങ്ങിയിരുന്നു. ഇവളെന്നെ കലശലായി തെറ്റിദ്ധരിച്ചിരിക്കുന്നു. അവളുടെ തൊലി വെളുപ്പ് കണ്ടു പുറകെ കൂടിയ ഏതോ മദ്രാസി വായ്നോക്കിയായി മാത്രം കാണാൻ തുടങ്ങിയിരിക്കുന്നു.

അപ്പോൾ കോളേജിൽ പഠിക്കുന്ന കാലത്ത് ക്ലാസ് കട്ട് ചെയ്തു എറണാകുളം വരെ പോയി പടം കണ്ടതോ? രണ്ടാം കളിക്ക് ലോട്ട സിന്റെ മുമ്പിൽ ക്യൂ നിന്നതോ?

പക്ഷേ, അതൊക്കെ അവളെ പറഞ്ഞു മനസ്സിലാക്കുന്നതെങ്ങനെ?

അങ്ങനെ നാളുകൾ കടന്നു പോയി. പതുക്കെപ്പതുക്കെ എനിക്ക് ചന്തിരാണി എക്സ്പോർട്ട്സ് മടുത്തു തുടങ്ങി. ശമ്പളം കുറവ്. മുടിഞ്ഞ പണിയും. വൈകിട്ട് പണി കഴിഞ്ഞിറങ്ങുമ്പോൾ നിരത്തുകൾ ഒഴിഞ്ഞു കാണും. ഫോർട്ടിൽ നിന്ന് ഫ്ളോറാ ഫൗണ്ടൻ വഴി ആയത്തിൽ നടന്നു, വേണം ചർച്ച്ഗെയിറ്റിൽ നിന്നു ഘാട്ട് കൂപ്പറിലേക്കുള്ള ലോക്കൽ പിടിക്കാൻ. അവിടന്ന് ലോഡ്ജിലേക്ക് പതിനഞ്ചു മിനിറ്റ് നേരത്തെ വീണ്ടും നടപ്പ്. ഈ അഭ്യാസമെല്ലാം കഴിഞ്ഞ്, അടുത്തുള്ള ഉഡുപ്പി ഹോട്ടലിൽ നിന്ന് എന്തെങ്കിലും വാങ്ങിക്കഴിച്ച് കട്ടിലിലേക്ക് മറിയുമ്പോഴേക്കും കൂട്ടുകാരൻ നല്ല കൂർക്കത്തിലായിരിക്കും.

മടുത്തു, വല്ലാതെ മടുത്തു. അതിന് വേറൊരു കാരണം കൂടിയുണ്ടായിരുന്നു. വഹീദയുമായുള്ള അകലം കൂടി വരുന്നുവെന്നു മാത്രമല്ല, ചൊങ്കനായ ഒരു മുസ്ലീം പയ്യൻ അവൾക്ക് ചുരം വട്ടമിട്ട് പറക്കുന്നുണ്ടെന്ന റാനഡേയുടെ സൂചനയും കിട്ടിക്കൊണ്ടിരുന്നു. എന്നു വേണമെങ്കിലും അവൻ അവളേയും കൊത്തിക്കൊണ്ടു ഖത്തറിലേക്ക് പറക്കുമത്രെ.

അതോടെ ഒരു കാര്യം ഉറപ്പായി. ചന്തിരാണി എക്സ്പോർട്ട്സുമായി എനിക്ക് തീരെ നാൾപ്പൊരുത്തമില്ല. ചൊങ്കൻ പയ്യൻ വഹീദയേയും കൊത്തിക്കൊണ്ടു ഖത്തറിലേക്ക് പറക്കുന്നത് എനിക്ക് കണ്ടു നിൽക്കാനാവില്ല. അല്ലെങ്കിലും അതിന് മുമ്പുള്ള അവരുടെ നിക്കാഹിന് അവൾ ഞങ്ങളെയൊക്കെ ക്ഷണിക്കാതിരിക്കില്ലല്ലോ. അതിൽ നിന്നുള്ള മാറി നിൽക്കൽ തന്നെ വലിയൊരു ചമ്മലാവില്ലേ?

അങ്ങനെ ഞാൻ വഹീദയിൽ നിന്നും പതിയെ അകലുകയായി. അല്ലെങ്കിലും മിന്നിമറിയുന്ന മായക്കാഴ്ചകളെ നമ്പരുതെന്ന് മുതിർന്നവർ പറയാറുണ്ട്, വെള്ളിത്തിരയായാലും ചില്ലുതിരയായാലും....

* * *

പിന്നെയും നാളുകൾ കടന്നു പോയി, പതിറ്റാണ്ടുകളും.

ഞാൻ ഇപ്പോൾ ദില്ലിക്കടുത്ത ഗുരുഗ്രാമിലാണ്. വലിയൊരു കമ്പനിയിൽ തരക്കേടില്ലാത്ത പൊക്കത്തിൽ പണിയെടുത്ത് പിരിഞ്ഞിട്ടും

മതിയാകാതെ സ്വന്തമായൊരു കൺസൾട്ടൻസി നടത്തുകയാണ്. കഴിഞ്ഞുകൂടാനുള്ള ചുറ്റുപാടുകളുണ്ടെങ്കിലും വെറുതെയിരിക്കേണ്ടെന്ന് കരുതി. അങ്ങനെ വീണ്ടുമൊരു ചില്ലുകൂടിൽ. മണിയടിച്ചാൽ വരാൻ ആളുണ്ട്. ഫോണുകളിലെ കട്ടയമർത്തിയാൽ മറുചൊല്ലിനായി ചില സഹായികളും. വീട്ടിൽ ഭാര്യയും മകനും രണ്ടു പേരക്കുട്ടികളുമുണ്ട്.

മാളുകളിൽ സിനിമ കാണുന്നത് വല്ലപ്പോഴും മാത്രം. അതു തന്നെ മറ്റു ഗ്രഹങ്ങളിൽ നിന്ന് വന്ന് പരാക്രമങ്ങൾ കാട്ടുന്ന ഹീറോകൾക്കായി കുട്ടികൾ വാശി പിടിക്കുമ്പോൾ മാത്രം. സ്വീകരണമുറിയിലെ ടീവി റിമോട്ടാണെങ്കിൽ രാത്രി ഭാര്യയുടെ കൈയിൽ. പല ഭാഷകളിലുള്ള അമ്മായിയമ്മമാർ ചുവന്നാടികളായി നിറഞ്ഞാടുന്നത് അപ്പോഴാണല്ലോ. നാടാകെ പെണ്ണുങ്ങൾ കണ്ണീരൊപ്പുന്ന നേരം. എന്തു ചെയ്യാം, എത്രയായിട്ടും തീരുന്നില്ല പാവം പെൺകുട്ടികളുടെ ദുരിതങ്ങൾ. ഇതിനിടയിൽ എനിക്ക് മാത്രം ആമസോണും നെറ്റ്ഫ്ളിക്സും കാണാനായി കിടപ്പുമുറിയിൽ ഒരു ചെറിയ ടിവി മേടിച്ചു വച്ചിട്ടുണ്ട്. ഇടയ്ക്കൊക്കെ അതിന്റെ മുമ്പിൽ കുത്തിയിരിക്കും.

ഈ കോലാഹലങ്ങൾക്കിടയിൽ എങ്ങനെ ഓർക്കാനാണ് ദേവാനന്ദിനെയും രാജ്കപൂറിനെയുമൊക്കെ? മീനാകുമാരിയേയും വഹീദാ റഹ്മാനെയുമൊക്കെ?

പക്ഷേ, അതിശയമെന്ന് തന്നെ പറയട്ടെ, ഞാൻ ഒരിക്കൽ കൂടി വഹീദാ റഹ്മാനെ വീണ്ടും കണ്ടു, ഓഫീസിലെ ലാപ്ടോപ്പിൽ. ഏതോ ഓൺലൈൻ വാർത്ത തേടി പോയപ്പോൾ യാദൃച്ഛികമായി കണ്ടതാണ്. സിനിമയുമായി ഒരു ബന്ധവുമില്ലാത്ത ഏതോ ചാരിറ്റി ചടങ്ങിൽ മുഖ്യാതിഥിയായി എത്തിയതായിരുന്നു അവർ. ആദ്യം വിശ്വസിക്കാനായില്ല. മുടിയാകെ നരച്ചിട്ടും ഒട്ടും കറുപ്പിക്കാതെ നന്നായി ഒതുക്കിക്കെട്ടിയിരിക്കുന്നു. മുഖത്ത് പ്രായത്തിന്റെ ചുളിവുകളുണ്ടെങ്കിലും കണ്ണുകളിലെ ആ പഴയ തിളക്കത്തിന് മങ്ങലേറ്റിട്ടില്ല.

ഒരു കാലത്ത് എത്ര പേർ മയങ്ങി വീണിരിക്കുന്നു ആ കടക്കണ്ണിൽ? ആ ചിരിയിലെ നൈർമ്മല്യവും പോയിട്ടില്ല. പ്രായമേറിയപ്പോൾ അസാമാന്യമായൊരു അന്തസ്സും തലയെടുപ്പും വന്നുവെന്ന് മാത്രം. ഇപ്പോൾ ഒരു ടിപ്പിക്കൽ രാജമാതാവിന്റെ പ്രൗഢമായ ലുക്ക്.

തിടുക്കത്തിൽ വിക്കിപ്പീഡിയയിലൂടെ കണ്ണോടിച്ചു.

വയസ്സ് എൺപത് കഴിഞ്ഞിരിക്കുന്നുവത്രെ. ഭർത്താവ് കമൽ ജിത്ത് മരിച്ചിട്ട് വർഷങ്ങളായി. രണ്ടു മക്കളുണ്ട്... അങ്ങനെയങ്ങനെ കുറെ വിവരങ്ങൾ.

എന്തായാലും, ആ കാഴ്ചയ്ക്കും വിവരങ്ങൾക്കും വെറും കൗതുകത്തിനപ്പുറം യാതൊരു ഇളക്കങ്ങളും എന്നിൽ ഉണ്ടാക്കാനായില്ല. കോളേജിൽ പഠിക്കുന്ന കാലത്ത് മേനകയിൽ വച്ചു കണ്ട വഹീദാ റഹ്മാൻ പിന്നീട് ചന്തിരാണി എക്സ്പോർട്ട്സിലെ ജീവനക്കാരിയായ വെറും വഹീദയായി. ഇപ്പോഴവർ പ്രായമേറെച്ചെന്ന പ്രൗഢയായ കുടുംബിനിയും. പെൺജീവിതത്തിലെ സ്വാഭാവിക പരിണാമങ്ങൾ.

ലാപ്ടോപ്പ് പതിയെ അടച്ചു വെയ്ക്കുമ്പോൾ ഞാൻ ഓർത്തു കൊണ്ടിരുന്നത് മുതിർന്നവരുടെ വാക്കുകളാണ്. മിന്നിമറിയുന്ന മായക്കാഴ്ചകളെ നമ്പരുത്, വെള്ളിത്തിരയായാലും, ചില്ലുതിരയിലായാലും....

* * *

പക്ഷേ, വിചിത്രമായ ഈ മാന്ത്രികത അവിടെയും അവസാനിക്കുന്നില്ല, ഇന്നലെ വീണ്ടും യാദൃച്ഛികമായി വഹീദയെ കണ്ടുമുട്ടാനിടയായി. ഒരുപാട് വഴി തെറ്റിയാണ് 'സ്കേറ്റർ ഗേൾ' എന്നൊരു ഹിന്ദി പടത്തിൽ എത്തിപ്പെട്ടത്. താരത്തിളക്കമേയില്ലാത്ത പടം നെറ്റ്ഫ്ളിക്സിൽ. നെറ്റ്ഫ്ളിക്സിന്റെ സ്വന്തം പ്രൊഡക്ഷൻ. തീർത്തും ലളിതമായൊരു പ്രമേയമാണെങ്കിലും ഇന്നതിന് സാമൂഹിക പ്രസക്തി ഏറെയാണ്. ജാതി വേർതിരിവ് എരിഞ്ഞു നിൽക്കുന്ന ഒരു രാജസ്ഥാനി കുഗ്രാമമാണ് പശ്ചാത്തലം. ലണ്ടനിൽ നിന്ന് ഒരു ബ്രിട്ടിഷ് ഇന്ത്യൻ പെൺകുട്ടി തന്റെ ഇന്ത്യക്കാരനായ പിതാവിന്റെ ജന്മസ്ഥലം തേടി അവിടെ വരുന്നതാണ് കഥ. വളരെ വേഗം അവൾക്ക് അവിടത്തെ സാധാരണക്കാരുടെ ജീവിതവുമായി ഇഴുകിച്ചേരാനാകുന്നു. പിന്നീട് സ്കേറ്റിങ്ങ് എന്ന വിനോദത്തിലൂടെ പതിയെ അവൾക്ക് അവിടത്തെ പാർശ്വവൽക്കരിക്കപ്പെട്ട ദളിത് പെൺകുട്ടികളുടെ ഇടയിൽ വലിയൊരു തിരിച്ചറിവ് കൊണ്ടു വരാൻ കഴിയുന്നു. ഒടുവിൽ അത്തരമൊരു മത്സരത്തിൽ വിജയിക്കുന്നത് പ്രേരണ എന്ന സാധാരണ പെൺകുട്ടിയും. എല്ലാവരും കൈയൊഴിഞ്ഞ ആ പെൺകുട്ടികൾക്ക് നിർണ്ണായക സന്ദർഭത്തിൽ സഹായവുമായെത്തുന്നത് അവിടത്തെ മഹാറാണിയാണ്. പടത്തിന്റെ അവസാനം മഹാറാണിയുടെ ചെറിയ റോളിൽ വരുന്നത് വഹീദാ റഹ്മാനാണ്. പതിറ്റാണ്ടുകൾക്ക് ശേഷം വീണ്ടും വെള്ളിത്തിരയിൽ.

വിശ്വസിക്കാനായില്ല. ഞാൻ സങ്കൽപ്പിച്ച പോലെ തന്നെ, രാജസ്ഥാനിലെ ഒരു പ്രൗഢയായ മഹാറാണിയുടെ രൂപത്തിൽ. മുഖത്ത് ചുളിവുകൾ ഏറിയിട്ടുണ്ടെങ്കിലും ആ തേജസ്സിന് ഒട്ടും കുറവില്ല. തെരുവുപെണ്ണിൽ നിന്ന് മഹാറാണിയിലേക്കുള്ള വിസ്മയകരമായ പകർന്നാട്ടം.

വീണ്ടുമൊരു യാദൃച്ഛികത! അങ്ങനെ മാത്രമല്ലേ നമുക്ക് സങ്കൽപ്പിക്കാനാവൂ? ഇനി എന്തൊക്കെ കാണണം ഈ ജീവിതത്തിൽ?

■

അച്യുതൻ മാഷും അബ്ദുൾ ജലീലും

ഒരു ദിവസം രാവിലെ പതിവില്ലാതെ ഫോൺ ചിലച്ചപ്പോൾ അച്യുതൻ മാഷ് തെല്ലൊന്ന് പകച്ചു. ആ ഫോൺ വാങ്ങിയതിന് ശേഷം വളരെ അപൂർവ്വമായേ അതിൽ വിളികൾ വരാറുള്ളൂ. അതു കൊണ്ട് ഫോൺ മേശപ്പുറത്തു നീക്കി വച്ചിരുന്നു. മണിയടി കേട്ട പ്പോൾ കണ്ണട തപ്പിയെടുത്തു, തല തിരിഞ്ഞിരിക്കുന്ന ഫോൺ നേരെ പിടിക്കുമ്പോഴേക്കും അതിലെ വെളിച്ചം മാഞ്ഞു കഴിഞ്ഞി രുന്നു. പരിചയമില്ലാത്ത നമ്പറാണെന്ന് മാത്രം മനസ്സിലായി. ഈ മൊബൈൽ ഫോണിന്റെ ഇത്തരം കുസൃതികൾ മാഷെ മടുപ്പിക്കാ റുണ്ട്. കാത്തു നിൽക്കാൻ ക്ഷമയില്ലാത്ത വല്ലാത്തൊരു കൊറിയൻ കുന്ത്രാണ്ടം! കുറച്ചു കൂടി ക്ഷമയുണ്ടായിരുന്നു പഴയ ലാൻഡ് ലൈനിന്. മസ്ക്കറ്റിലുള്ള ദിവ്യ മോൾ കഴിഞ്ഞ തവണ വന്നപ്പോൾ കൊണ്ടു വന്നു കൊടുത്തതാണ്.

‘‘ഈ തന്തപ്പടി ലാൻഡ് ഫോണിന്റെയൊക്കെ കാലം പണ്ടേ കഴിഞ്ഞു, മാഷേ.’’ അവൾ കളിയാക്കി. ‘‘ഇതാവുമ്പോൾ ഇട യ്ക്കൊക്കെ മാഷെ ഒന്നു കാണുകേം ചെയ്യാം.’’

അവൾക്ക് താൻ എപ്പോഴും മാഷ് തന്നെയായിരുന്നു. തല്ലാനും ശാസിക്കാനും അറിയാത്ത മാഷ്. ഗൾഫിലെ ശുണ്ഠിക്കാരൻ ബോസ്സിന്റെ താഴെ പണിയെടുക്കുന്ന മരുമകന് മാഷ് എന്നുമൊരു അത്ഭുതമാണ്. മൂപ്പർക്ക് ഒരിക്കലും ദേഷ്യം വരാറില്ലേയെന്ന് ഭാര്യ യോട് ചോദിക്കാറുണ്ട്.

നാല് സ്കൂളുകളിൽ പഠിപ്പിച്ചിട്ടുണ്ട് മാഷ്. എല്ലായിടത്തും കുട്ടികളുടെ പ്രിയപ്പെട്ട അച്യുതൻ മാഷ്. അതുകൊണ്ട് കുഴപ്പക്കാർ കൂടുതലുള്ള സ്കൂളുകളിൽ മാഷെ തന്നെ തെരഞ്ഞു പിടിച്ചു നിയ മിക്കാൻ അധികൃതർ എപ്പോഴും ശ്രദ്ധിച്ചിരുന്നു. മിക്ക മാഷന്മാരും കുട്ടികളിൽനിന്ന് അകലം പാലിക്കാൻ നോക്കിയപ്പോൾ കുട്ടികളുടെ തോളത്തു കൈയിടാൻ പോലും മടിക്കാത്ത ഈ മാഷ് പലർക്കും

വലിയ അത്ഭുതമായിരുന്നു. ഒടുവിൽ ഹെഡ്മാസ്റ്റർ ആയാണ് പിരിഞ്ഞത്. അന്നത്തെ യാത്രയയപ്പ് യോഗത്തിൽ പലരും ഈ സവിശേഷതകളൊക്കെ എടുത്തു കാട്ടിയപ്പോൾ ഇതൊന്നും തന്നെ ബാധിക്കുന്നതല്ലെന്ന മട്ടിൽ ഒരു ചെറുചിരിയോടെ കേട്ടിരിക്കുക യായിരുന്നു അച്യുതൻ മാഷ്. മരിക്കുമ്പോഴും ജോലിയിൽ നിന്ന് പിരിയുമ്പോഴും കേൾക്കാറുള്ള പതിവ് പുകഴ്ത്തു പാട്ടുകൾ. ഇതൊക്കെ തന്നെപ്പറ്റിയാണോയെന്ന് വരെ അത്ഭുതം തോന്നുന്ന നിമിഷങ്ങൾ...

ആ വിളി ആരുടെയായിരിക്കും?

ഒരു പിടിയും കിട്ടുന്നില്ല മാഷ്ക്ക്. ബന്ധുക്കൾ ഏറെയുണ്ടെങ്കിലും വിളിക്കുന്നവർ കുറവ്. പണ്ടൊക്കെ നീണ്ട കാലം ഒരുമിച്ചു ജോലി ചെയ്ത ചില മാഷന്മാർ വിളിക്കാറുണ്ടായിരുന്നെങ്കിലും ഇപ്പോൾ അതും കുറവ്. ചിലർ മരിച്ചിരിക്കുന്നു. മറ്റു ചിലർ മക്കളോടൊപ്പം വിദേശങ്ങളിലും മറ്റു നഗരങ്ങളിലും. പിന്നെ മുമ്പ് പഠിപ്പിച്ചു വിട്ട ചില കുട്ടികൾ....ഇപ്പോൾ അവരും മറന്നുവെന്ന് തോന്നുന്നു. എല്ലാ ബന്ധങ്ങൾക്കും ഒരു എക്സ്പയറി തിയതിയുണ്ടെന്ന് മാഷ് ഓർ ക്കാറുണ്ട്.

വെറുതെയിരുന്ന് മടുക്കുമ്പോൾ പോയ കാലത്തിന്റെ വാതി ലുകൾ തള്ളിത്തുറന്നു വരുന്ന വിളികൾക്കായി കാതോർക്കാറു ണ്ടെങ്കിലും അത്തരമൊരു കാത്തിരിപ്പ് മിക്കപ്പോഴും വെറുതെയാ കാറുണ്ട്.

അപ്പോഴേക്കും ഫോൺ വീണ്ടും കിണുങ്ങി. അത്തവണ മാഷ് തിടുക്കത്തിൽ കടന്നെടുത്തു.

''മാഷെ, ഇത് വടക്കാഞ്ചേരിയിൽ നിന്നാ. ഞാൻ നേരത്തെ വിളിച്ചിരുന്നു. മാഷ് എടുക്കാത്തതുകൊണ്ട് തിരക്കിലാണെന്ന് കരുതി.''

''ഞാൻ എടുക്കാൻ ചെന്നപ്പോഴേക്കും അത് ഓഫായിപ്പോയി.''

''മാഷ്ടെ പഴയ നമ്പറിൽ പല തവണ നോക്കിയെങ്കിലും ആ നമ്പർ നിലവിലില്ല എന്ന സ്ഥിരം മറുപടിയാണ് കിട്ടിയത്.''

''ആ ലാൻഡ്ലൈൻ ഇപ്പോൾ ശരിക്കും നിലവിലില്ല. ഈ സാധനം ദിവ്യ കൊണ്ടു വന്നപ്പോൾ അതിലായി പ്രയോഗം.''

''ദിവ്യമോൾ ഇപ്പോൾ എവിടെയാ?''

''മസ്ക്കറ്റിൽ. പിന്നെ അവളിപ്പോ ദിവ്യമോളല്ല കേട്ടോ, അവൾ ക്കൊരു മോളുണ്ട്, വിദ്യമോൾ.''

''ഇത്തവണ അവധിക്ക് വന്നപ്പോൾ വടക്കാഞ്ചേരിയിലെ ശങ്കര നാരായണൻ മാഷാ ഈ പുതിയ നമ്പർ തന്നത്.''

''ആരാ, എനിക്ക് തീരെ മനസ്സിലായീല്ലാട്ടോ.'' മാഷ് തല ചൊറിഞ്ഞു.

''മാഷ്ക്ക് ഓർമ്മയുണ്ടോ എന്നറിയില്ല, പഴയ ജലീൽ. അബ്ദുൾ ജലീൽ...''

''അബ്ദുൾ ജലീൽ...'' ഓർക്കാൻ ശ്രമിക്കുകയാണ് അച്യുതൻ മാഷ്. പലയിടത്തുമായി പഠിപ്പിച്ചു വിട്ടവരിൽ കുറെ ജലീലുമാർ ഉണ്ടെന്ന് തോന്നുന്നു. അതിൽ വടക്കാഞ്ചേരിക്കാരൻ ജലീലിനെ വേർതിരിച്ചെടുക്കാൻ കഴിയുന്നില്ല. മാഷ് തല ചൊറിഞ്ഞു.

''ബസ്സ്റ്റാൻഡിനടുത്തു ചെറിയൊരു ഹോട്ടൽ നടത്തിയിരുന്ന മജീദിന്റെ മകൻ...''

''ഓ താനായിരുന്നോ?'' ഓർമ്മ വന്നതു പോലെ മാഷ് തലയാട്ടി. ''താൻ ഇപ്പോഴും ഗൾഫിലാണോ?''

''അല്ലാണ്ടെവിടെ പോവാനാ, മാഷേ. അന്ന് വിസ കിട്ടിയെങ്കിലും യാത്രച്ചെലവിനുള്ള പൈസ തികയാതെ കറങ്ങി നടന്നപ്പോൾ മാഷാ സഹായിച്ചത്.''

''ഓ, അതൊക്കെ വല്ല്യ കാര്യമാണോ ജലീലേ. അന്നെനിക്ക് ജോലിയും ശമ്പളവുമൊക്കെ ഉണ്ടായിരുന്ന കാലം. കൈയിലുള്ളതിന്റെ ഒരു പങ്ക് അത്യാവശ്യക്കാരന് കൊടുക്കാൻ കഴിഞ്ഞില്ലെങ്കിൽ നമ്മടെയൊക്കെ ജീവിതം കൊണ്ട് എന്തു പ്രയോജനം? ആട്ടെ, തനിക്കവിടെ സുഖാണോ?''

''ഗൾഫിൽ പോയോരോട് സുഖമാണോന്നു ചോദിച്ചാൽ ആണെന്നേ പറയൂ. ഞാനാണെങ്കിൽ അറിയാവുന്ന പണികളൊക്കെ ചെയ്തു അങ്ങനെ ജീവിക്കുന്നു, അത്ര തന്നെ.''

മിക്കവരുടെം കാര്യം അങ്ങനെയാന്ന് അറിയാതെയല്ല, എന്നാലും കുശലം ചോദിക്കുമ്പൊ ഇത് താനെ വന്നു പോകും.''

''അറബിയുടെ ഹോട്ടലിൽ പണിക്കാരനായി തുടങ്ങി. കുറേക്കാലം അയാളുടെ തെറീം ചിത്തവിളീം കേട്ടു മതിയായി. രാത്രി താമസസ്ഥലത്തെ കട്ടിലിലിരുന്ന് മറ്റുള്ളവർ കാണാതെ മുഖം പൊത്തിക്കരയും. ഒടുവിൽ നാട്ടിലേക്ക് മടങ്ങാൻ വരെ ആലോചിച്ചതാ. കൂട്ടുകാരാ പിന്തിരിപ്പിച്ചത്. ഗതി കെട്ടു നിൽക്കുന്ന അവർക്കും സഹതപിക്കാൻ മാത്രേ കഴിയൂ. പിന്നീട് നാട്ടിലെ ഉപ്പയുടെ ഹോട്ടലിനെപ്പറ്റി കേട്ടപ്പോൾ അവരാ സ്വന്തമായി ഒരു കട തുടങ്ങാൻ പറഞ്ഞത്. പറയാൻ എളുപ്പമാണ്, പക്ഷേ മുടക്കാൻ പണം വേണ്ടേ?

യാതൊരു പണിയുമില്ലാതെ നാട്ടിൽ തെണ്ടിത്തിരിഞ്ഞു നടന്ന കാലത്ത് ഉമ്മ നിർബന്ധിച്ചു നിറുത്തിയതാ അവരുടെ കടയിൽ. അവിടെ സഹായത്തിനു കൂടുമ്പോഴും ഒപ്പം പഠിച്ച കൂട്ടുകാരെ കാണുമ്പോൾ ഒളിച്ചുനിൽക്കാറുണ്ട്.''

''എനിക്കോർമ്മയുണ്ട്. ഉമ്മയുടെ ബിരിയാണി പ്രസിദ്ധായിരുന്നു അക്കാലത്ത്.''

''മാഷ്ക്ക് മാത്രം അത് രുചിക്കാൻ കഴിഞ്ഞില്ല.'' ജലീൽ ഉറക്കെ ചിരിച്ചു. ''മാഷ്ക്ക് വേണ്ടി ഉമ്മ ഒരു സ്പെഷ്യൽ ചിക്കൻ ബിരിയാണി ഉണ്ടാക്കി വച്ച് കാത്തിരുന്നെങ്കിലും മാഷ് വെജിറ്റേറിയനാന്നു അറിഞ്ഞപ്പോൾ ഉമ്മ ബേജാറായി. പച്ചക്കറി ബിരിയാണി ഉണ്ടാക്കാമെങ്കിലും അതിന് ധൈര്യമില്ലാതെ ഉമ്മ കുഴങ്ങി നിന്നപ്പോൾ മാഷ് തന്നെയാ വേണ്ടെന്ന് പറഞ്ഞത്. ഉപ്പേടെ സ്പെഷ്യൽ മസാല ചായയും കഴിച്ചാ അന്ന് മാഷ് പോയത്.''

''ഉവ്വുവ്വ് നല്ല ഓർമ്മയുണ്ട്. എന്റെ അച്ഛനും മോളുമൊക്കെ തിരിഞ്ഞു കടിക്കാത്ത എന്തും കഴിക്കുമെങ്കിലും ഞാൻ മാത്രം ഇതൊക്കെ ശീലിക്കാതെ അമ്മയുടെ വഴിയിലൂടെ പോയി.''

''എന്തായാലും ഉമ്മയും ഉപ്പയും അന്ന് കാട്ടിത്തന്ന വഴി ഷാർജയിൽ എനിക്കൊരു ജീവിതമാർഗ്ഗമായി. കൈയിലുള്ള സമ്പാദ്യവും ചില കൈവായ്പകളും വച്ചു തുടങ്ങിയ ബിരിയാണിക്കട പോപ്പുലറായത് പെട്ടെന്നാണ്. വെള്ളിയാഴ്ച ദിവസങ്ങളിൽ ജലീലിക്കയുടെ ബിരിയാണി തേടി ആളുകൾ വരാൻ തുടങ്ങിയപ്പോൾ വേറെ രണ്ടെണ്ണം കൂടി തുടങ്ങി. ആദ്യത്തെ ഹോട്ടൽ ഒരു തനി ബിരിയാണിക്കടയാക്കി. പല തരം ബിരിയാണികൾ മാത്രം... അങ്ങനെ സാമാന്യം സൗകര്യമായപ്പോൾ നാട്ടിൽ നിന്ന് കുടുംബത്തേയും കൊണ്ടുപോയി.... അവളേം പണി പഠിപ്പിച്ചു.''

''ചുരുക്കത്തിൽ താനിപ്പോൾ അവിടത്തെ ഒരു ഹോട്ടൽ മുതലാളിയായി എന്നന്നെ...'' അച്യുതൻ മാഷ് ചിരിച്ചു. ''എടോ ജലീലേ, ആത്മാർത്ഥമായി ചെയ്യണ ഏത് തൊഴിലിനും അതിന്റേതായ മഹത്വമുണ്ട്...''

''ശരിയാ മാഷേ. അന്ന് ഇടപാടുകാരുടെ മുമ്പിൽ എന്നെ ചീത്ത വിളിച്ചു നാണം കെടുത്തിയിരുന്ന അറബിയോട് സത്യത്തിൽ എനിക്ക് നന്ദിയുണ്ട്. അന്നയാൾ അങ്ങനെ ചെയ്തില്ലായിരുന്നെങ്കിൽ, ഞാൻ ഇപ്പോൾ മറ്റൊരു ഹോട്ടലിൽ പണിക്കാരനായി തുടരുമായിരുന്നു. മാഷ് നേരത്തെ പറഞ്ഞതു പോലെ കൈയിലുള്ളതിന്റെ ഒരു പങ്ക് ആവശ്യക്കാർക്ക് കൊടുക്കണമെന്ന് ഉമ്മയും പറയാറുണ്ട്. എല്ലാ വെള്ളിയാഴ്ചയും എന്റെ ജോലിക്കാർ അവിടത്തെ കുറെ

പാവങ്ങൾക്കിടയിൽ ബിരിയാണിപ്പൊതികൾ സൗജന്യമായി വിതരണം ചെയ്യാറുണ്ട്.''

''നന്നായി...''

''വിശേഷങ്ങൾ പറയുന്നതിനിടയിൽ വിളിച്ച കാര്യം മറന്നു പോയി. എനിക്ക് മാഷെ ഒന്നു കാണണം. നാളെ വീട്ടിൽ ഉണ്ടാവോ?''

''പിന്നില്ലാതെ? ഈ പ്രായത്തിൽ ഞാനെവിടെ പോവാനാടോ? നാളെ വന്നോളൂ. എന്റെ വീട് ഓർമ്മയുണ്ടല്ലോ അല്ലേ?''

''എന്തൊക്കെ മറന്നാലും പല തവണ കയറിയിറങ്ങിയ ആ പടി മറക്കില്ല ജലീൽ. ലേശം വലിയൊരു ഹോട്ടൽ തുടങ്ങുന്നതിനു മുമ്പ് മാഷെ ഒന്നു കാണാനും അനുഗ്രഹം മേടിക്കാനുമാണ് ഇക്കുറി അവധിക്ക് വന്നതന്നെ.''

''അയ്യയ്യോ. അനുഗ്രഹിക്കാൻ ഞാനാര്?''

''എനിക്ക് മാഷ്ടെ മാത്രം അനുഗ്രഹം മതി.''

''ഉമ്മയ്ക്കും ഉപ്പയ്ക്കുമൊക്കെ സുഖല്ലേ?''

''അയ്യോ, മാഷ് അതറിഞ്ഞില്ലേ? ഉമ്മ ആദ്യമേ പോയി. കുറേക്കാലം പ്രൈവറ്റ് ബസ്സോടിച്ചു നടന്ന ഉപ്പയുടെ കൈ ഒരു അപകടത്തിൽ മുറിഞ്ഞു പോയി. അതും വലത്തേ കൈ. അതോടെ മുപ്പരുടെ കൈയിലുണ്ടായിരുന്ന കാശൊക്കെ ചികിത്സയ്ക്കു പോയി. ഞാനാണെങ്കിൽ, ഗൾഫിൽ ഒന്നു പച്ച പിടിച്ചു വരുന്നേ ഉണ്ടായിരുന്നുള്ളൂ. ആശുപത്രിയിൽ നോക്കാൻ ചില ബന്ധുക്കളൊക്കെ ഉണ്ടായിരുന്നെം അവരുടെ കൈയിലും പൈസയൊന്നും ഇല്ലായിരുന്നു. അവിടന്നും ഇവിടന്നുമായി കിട്ടാവുന്ന കടമൊക്കെ മേടിച്ചു ഞാൻ ഇങ്ങോട്ടെത്തിച്ചുകൊണ്ടിരുന്നു. അങ്ങനെ ഒരു വിധത്തിൽ മൂപ്പർക്ക് വീണ്ടും കടയിൽ ചെന്നിരിക്കാമെന്നായി.''

''തനിച്ചോ?''

''അല്ലാണ്ടെന്താ ചെയ്യാ മാഷെ. മുമ്പുണ്ടായിരുന്ന വിശ്വസ്തനായ ഒരു പണിക്കാരൻ തിരിച്ചു വന്നത് വലിയൊരു ആശ്വാസമായെങ്കിലും ഒരു കൈത്താങ്ങായി ഉമ്മ ഒപ്പമില്ലാത്തതു ഉപ്പയെ വല്ലാതെ തളർത്തി. ഉമ്മ ചെയ്യണതൊക്കെ കണ്ടുപഠിച്ചിരുന്നത് കൊണ്ട് ഉപ്പയും അയാളും കൂടി ഏതാണ്ടൊക്കെ ഒപ്പിച്ചു കഴിഞ്ഞു കൂടി. കുറെ കഴിഞ്ഞപ്പോൾ ഉപ്പയും പോയി. ഉപ്പയുടെ ആഗ്രഹം പോലെ ആ കട അയാൾക്ക് ഫ്രീ ആയി കൊടുത്തു, പേര് മാററുതെന്ന വ്യവസ്ഥയിൽ... എന്തായാലും, പിന്നീട് എനിക്ക് കയറ്റത്തിന്റെ കാലമായി മാഷേ. പെങ്ങളെ നല്ല നിലയിൽ തന്നെ കെട്ടിച്ചു വിട്ടു.

ഉമ്മയുടെ ബേജാറ് മുഴുവനും അവളുടെ നിക്കാഹിനെ പറ്റിയായായിരുന്നു. പക്ഷേ എന്റെ നല്ല കാലം കാണാനുള്ള ഭാഗ്യം അവർക്കില്ലാണ്ടായി. അതിന്റെ സങ്കടം ഇപ്പോഴുമുണ്ട്.'' ജലീലിന്റെ തൊണ്ടയിടറി.

''സാരല്ല്യാ ജലീലെ, എന്തായാലും തന്നെ ഈ നിലയിലൊക്കെ എത്തിക്കാൻ അവർക്ക് കഴിഞ്ഞല്ലോ.''

''മാഷെ കാണാൻ ഞാൻ നാളെ വന്നോട്ടെ?''

''ആയിക്കോട്ടെ. കാലത്താ നല്ലത്. ഉച്ചയൂണ് കഴിഞ്ഞു ഞാനൊന്ന് കിടക്കും. കൃത്യം ഒരു മണിക്കൂറ്, ഉറങ്ങില്ലെന്ന് മാത്രം. വയസ്സ് പത്തെഴുപതായില്ലേ, അതിന്റെ ക്ഷീണം കാണാണ്ടിരിക്ക്യോ.''

''അല്ലെങ്കിലും കാലത്തേ വരുള്ളൂ. അതാ എനിക്കും സൗകര്യം.''

അന്ന് രാത്രി കിടക്കുമ്പോൾ അച്യുതൻ മാഷ്ടെ ഉള്ളിൽ പഴയ കാലം ഇരമ്പിയെത്തി. മൂന്നു നേരത്തെ ഭക്ഷണത്തിന് വരെ ആ കുടുംബം കഷ്ടപ്പെട്ടിരുന്ന കാലം. ജലീലിന്റെ ഉപ്പയ്ക്ക് ഡ്രൈവർ ജോലിയിൽ നിന്ന് കിട്ടിയിരുന്ന ശമ്പളത്തിന്റെ മുക്കാൽ ഭാഗവും ഏതൊക്കെ വഴിയിലാണ് പോയിരുന്നതെന്ന് ഒരു രൂപമുണ്ടായിരുന്നില്ല ഉമ്മയ്ക്ക്. തുടർച്ചയായി സിഗരറ്റ് വലിക്കുമായിരുന്നെങ്കിലും കള്ളുകുടി ഇല്ലായിരുന്നെന്ന് മാത്രം അവർക്ക് ഉറപ്പുണ്ട്. പക്ഷേ സെറ്റു കൂടൽ കുടുതലായിരുന്നു. രാത്രി വൈകി വരുമ്പോഴൊക്കെ ഓരോ കാരണങ്ങൾ പറയും. പകലത്തെ അദ്ധ്വാനം കഴിഞ്ഞു എവിടെയോ സെറ്റു കൂടി ചീട്ടു കളിക്കാൻ കൂടുന്നുണ്ടെന്നു കേട്ടിരുന്നെങ്കിലും മൂപ്പർ സമ്മതിച്ചില്ല ഒരിക്കലും.

അന്നു ജലിലും പെങ്ങൾ ആമിനയും കൂടി പലപ്പോഴും ഒഴിഞ്ഞ വയറുമായി ഉമ്മയെ കെട്ടിപ്പിടിച്ചു കിടന്നുറങ്ങാറുണ്ടായിരുന്നു. ഇതേപ്പറ്റി കാര്യമായൊന്നും അറിഞ്ഞു കൂടായിരുന്നെങ്കിലും ഉച്ചയ്ക്ക് ക്ലാസ്സിൽ പട്ടിണി ഇരുന്നിരുന്ന ഒരേയൊരു കുട്ടി ജലീലാണെന്ന് മാഷ് തിരിച്ചറിഞ്ഞത് വൈകിയാണ്. പിന്നീട് മാഷ് തൊട്ടടുത്തുള്ള ഹോട്ടലിൽ അവന് ഉച്ചയ്ക്കുള്ള ചോറ് ഏർപ്പെടുത്തിയെങ്കിലും അഭിമാനിയായ പയ്യൻ ആ വഴി പോകാറേയില്ലെന്നു ഹോട്ടലിലെ ജോലിക്കാർ പറഞ്ഞത് തെല്ലൊരു മടിയോടെയാണ്. ഒരുപാട് ഗുണദോഷിച്ചപ്പോൾ വല്ലാതെ വിശക്കുമ്പോൾ പോകാമെന്നായി. അതുപോലെ ഫീസ് മുടക്കിയവരുടെ ലിസ്റ്റിൽ അവന്റെ പേർ വന്നിരുമ്പോഴൊക്കെ അവനറിയുന്നതിന് മുമ്പ് അത് ഓഫീസിൽ അടച്ചുകൊണ്ടിരുന്നു. അന്നൊക്കെ അവിടത്തെ ക്ലാർക്ക് പറയാറുണ്ട്: ''അവന്റെ ഉപ്പ കിട്ടണ കാശൊക്കെ ചീട്ടു കളിച്ചു കളയുമ്പോ മാഷ് മാത്രമെന്തിനാ ഇങ്ങനെ ബേജാറാകണേ?''

''പാവങ്ങളല്ലേടോ. ഇപ്പൊ എനിക്കതിനുള്ള കഴിവുണ്ട്. അപ്പഴ ല്ലേ അതൊക്കെ ചെയ്യണ്ടേ?''

എന്തൊക്കെ പറഞ്ഞിട്ടും അയാൾക്ക് മനസ്സിലായില്ല. മാഷ്ടെ കൈയിൽ കാശ് കൂടുതലുണ്ടെങ്കിൽ കുറച്ചു ഞങ്ങൾക്കും തന്നു കൂടെ എന്ന ടിപ്പിക്കൽ മലയാളി മനസ്സ്. മേലനങ്ങാതെ എങ്ങനെ പണമുണ്ടാക്കാമെന്ന നോട്ടം.

ഇതെല്ലാം കൃത്യമായി അറിയാമായിരുന്നത് ജലീലിന്റെ ഉമ്മ യ്ക്കാണ്. അതുകൊണ്ട് അച്യുതൻ മാഷെ പടച്ചോനെപ്പോലെ കാണണമെന്ന് അവർ എപ്പോഴും പറയാറുണ്ടത്രെ. ആ ബസ് അപ കടത്തിനു ശേഷമായിരിക്കണം അയാളുടെ ഉപ്പ ആകെ മാറിയത്....

പിറ്റേന്ന് കാണുമ്പോൾ ജലീൽ ഒരുപാട് മാറിയതായി തോന്നി. അല്പം പൂർണ്ണിച്ച ശരീരം. കവിളുകളും കുറച്ചു തുടുത്തിട്ടുണ്ട്. പുതിയ കാല ഐശ്വര്യത്തിന്റെ അടയാളങ്ങൾ. എന്നിട്ടും മെലി ഞ്ഞുണങ്ങിയ പഴയ രൂപം ഇപ്പോഴും മായാതെ കിടക്കുന്നു അച്യുതൻ മാഷ്ടെ ഉള്ളിൽ. അയാളുടെ കൈയിൽ ഒരു വീർത്ത സഞ്ചിയുണ്ടായിരുന്നു.

''ഇതാരാ വരണേ. എനിക്ക് തീരെ മനസ്സിലായില്ലാട്ടോ. ആകെക്കൂടി ഒരു ഗൾഫ് മുതലാളി ലുക്ക്!''

''കയ്യിൽ തഴമ്പുള്ള തൊഴിലാളി എത്രണ്ട് വലുതായാലും മുത ലാളിയാവില്ല, മാഷേ. അല്ലെങ്കിലും, ഒരു മുതലാളിയാകാനുള്ള പുതിയൊന്നുമില്ല ജലീലിന്. ചെറുപ്രായത്തില് ഉമ്മ പഠിപ്പിച്ച കുറെ നല്ല പാഠങ്ങളുണ്ട്. അതൊക്കെ എങ്ങനെ മറക്കാനാ?''

''ഞാൻ വെറുതെ പറഞ്ഞതാടോ, തന്നെ എനിക്ക് ശരിക്കും അറിഞ്ഞൂടെ?''

പൂമുഖത്തെ കസേര വലിച്ചിട്ടു കൊടുത്തിട്ടും ജലീൽ ഇരുന്നില്ല. ചെറിയൊരു പരുങ്ങലോടെ ഒതുങ്ങി നിൽക്കുകയാണ്.

''ഇരിക്കെടോ.''

''മാഷ്ടെ മുമ്പിലോ...''

''അതിന് ഞാനിപ്പോൾ മാഷല്ലല്ലോ, താൻ സ്റ്റുഡന്റും.'' ചിരി നിറുത്താനാവുന്നില്ല അച്യുതൻ മാഷ്ക്ക്. ''പഴയ കാലല്ലല്ലോ ഇന്ന്. മാഷന്മാരോട് സിഗരറ്റ് ചോദിക്കാനും മടിക്കില്ല. ഇന്നത്തെ കുട്ട്യോള്.''

ഒടുവിൽ ജലീൽ മടിയോടെയാണ് ഇരുന്നത്. കൈയിലിരുന്ന സഞ്ചി നീട്ടിക്കൊണ്ട് അയാൾ പറഞ്ഞു.

''കുറച്ചു ഫ്രൂട്ട്സാ. മാഷ്ക്ക് ഇഷ്ടമാവുമോ എന്നറിയില്ല.''

''ഇതൊക്കെ എന്തിനാടോ? തിന്നാനായിട്ട് ഇവിടെ ഞാൻ മാത്ര ല്ലേള്ളൂ.'' സഞ്ചി അടുത്ത കസേരയിൽ വച്ചിട്ടു മാഷ് പറഞ്ഞു. ''പിന്നെ അടുത്ത വീടുകളിലെ ചില കുട്ട്യോള് സയൻസിലും കണക്കിലും ട്യൂഷൻ വേണംന്ന് പറഞ്ഞു വന്നപ്പൊ ഞാൻ പറഞ്ഞു പ്രൈവറ്റ് ട്യൂഷൻ നടത്തി ഫീസ് വാങ്ങണതിന് പണ്ടേ എതിരാണ് ഞാനെന്ന്. പിന്നെ അത്യാവശ്യം ചില സംശയങ്ങള് തീർക്കാനാ ണെങ്കിൽ ആയിക്കോട്ടെ. അതിന് ഫീസും വേണ്ട. ഇതീന്ന് കുറച്ചു ഫ്രൂട്ട്സ് ആ കുട്ട്യോൾക്കും കൊടുക്കാം.''

''അപ്പൊ ലക്ഷ്മിടീച്ചറ്? കണ്ടില്ലല്ലോന്ന് ചോദിക്കാൻ തുടങ്ങു കയായിരുന്നു.''

''അവള് പോയീടോ... കഴിഞ്ഞ കൊല്ലം.'' മാഷ്ടെ തൊണ്ട യിടറി. ''ഭാഗ്യം ചെയ്തോളാ. ഉറക്കത്തിലാ അവള് മരിച്ചത്. അടുത്തു കിടന്നിരുന്ന ഞാൻ അറിഞ്ഞപ്പോഴേക്കും ശ്വാസം നിന്നി രുന്നു. ഒരർത്ഥത്തിൽ പുണ്യം ചെയ്തോളാ. മരിക്കണത് അവളന്നെ അറിഞ്ഞു കാണില്ല.''

മൊഴി മുട്ടുകയാണ് ജലീലിന്റെ. ഇത്തിരി കഴിഞ്ഞു അയാൾ ചോദിച്ചു.

''അപ്പോൾ ഇവിടത്തെ കാര്യങ്ങളൊക്കെ?''

''ഒക്കെ ഞാനന്നെ, അല്ലാണ്ടാരാ? അത്യാവശ്യം വേണ്ട കുക്കി ങ്ങൊക്കെ ആദ്യമേ പഠിച്ചു. അല്ലെങ്കിലും എന്റെ ആവശ്യങ്ങൾ കുറവാണല്ലോ. പിന്നെ കഴിഞ്ഞ തവണ ദിവ്യമോള് വന്നപ്പൊ ഹോട്ടലീന്ന് ഭക്ഷണം ഓർഡർ ചെയ്തു വരുത്തണ വിദ്യ പഠിപ്പിച്ചു. അങ്ങനെ ചിലപ്പഴൊക്കെ ഒരു മാറ്റത്തിനു വേണ്ടി വല്ലതും വരുത്തും. അത്രന്നെ. അങ്ങനെ ഈ കുന്ത്രാണ്ടത്തിൽ സ്വിഗ്ഗി എന്ന ആപ്പും വന്നു. അതുപോലെ അത്യാവശ്യം വേണ്ട പച്ചക്കറീം പലവ്യഞ്ജനോം ഒക്കെ അങ്ങാടീൽ പോകാതെ വീട്ടിലെത്തിക്കണ വേറൊരു ആപ്പും. ഒടുവിൽ ആപ്പുകളുടെ കാരണോരായ വാട്സ്ആപ്പും വരെ. ചുരുക്ക ത്തിൽ നമ്മടെയൊക്കെ ജീവിതം കുറെ ആപ്പുകളുടെ കയ്യിൽ തന്നെ. ഒടുവിൽ ഏതെങ്കിലും ആപ്പിൽ തട്ടി വിഴാതിരുന്നാൽ ഭാഗ്യം.''

''നന്നായി മാഷെ. ഓൺലൈൻ ആയിട്ട ഭക്ഷണം വരുത്തുന്ന ഏർപ്പാട് ലോകത്തു എല്ലായിടത്തുമുണ്ട്. ഞങ്ങടെ ഹോട്ടലിൽ നിന്നു തന്നെ ബിരിയാണിക്ക് ഒരുപാട് ഓർഡർ കിട്ടാറുണ്ട്. ചില പ്പോൾ ബൾക്ക് ഓർഡറുകളും കിട്ടും. സത്യത്തില് കൂടുതൽ ലാഭം കിട്ടുന്നത് അതിൽ നിന്നാ.''

''കാലം മാറീല്ലേ ജലീലേ. എന്നാലും വല്ല ഹോട്ടലിലും കേറി ചൂടുമസാല ദോശ കഴിക്കണതിന്റേം അങ്ങാടീന്ന് കേടു വരാത്ത പച്ചക്കറി തെരഞ്ഞെടുക്കണതിന്റേം രസം ഒന്നു വേറന്ന്യാണേ.''

''പിന്നെ അവള് വന്നപ്പൊ ഇന്റർനെറ്റിൽ കൂടി ബാങ്ക് അക്കൗണ്ട് കാണണ വിദ്യയും പഠിപ്പിച്ചു. എ.ടി.എമ്മിൽ നിന്ന് പണം എടുക്കാൻ മുമ്പേ അറിയാമായിരുന്നെങ്കിലും ഇത് പുതിയ പരിപാടിയാണ്.''

ചിരിയാണ് ജലീലിന്റെ മുഖത്ത്.

''ഇതിനിടയിൽ മാഷോട് ഒരു പ്രധാനപ്പെട്ട കാര്യം പറയാൻ മറന്നു പോയി. ഇടയ്ക്കൊക്കെ ഉമ്മ കിനാവുകളിൽ വരാറുണ്ട്. പ്രത്യേകിച്ചും പിറന്നാള് ദിവസങ്ങളിൽ. അപ്പോഴൊക്കെ ഉമ്മ ആവർത്തിച്ചു പറയാറുണ്ട്, നാട്ടിൽ പോകുമ്പോഴൊക്കെ ഈ പടി മറക്കരുതെന്ന്. പിന്നെ മാഷെ ഇടയ്ക്കൊക്കെ വിളിക്കണമെന്ന്. അന്നൊക്കെ മാഷ്ടെ പുതിയ നമ്പറിനു വേണ്ടി കുറെ ശ്രമിച്ചതാണ്. കുറെ നാള് കൂടിയിട്ട് ഇത്തവണ നാട്ടിൽ വന്നപ്പോഴാ നമ്പർ കിട്ടിയത്. പുതിയ ഹോട്ടൽ തുറക്കുന്നതിന്റെ തിരക്കിൽ കഴിഞ്ഞ രണ്ടു കൊല്ലം നാട്ടിൽ വരാനേ കഴിഞ്ഞില്ല. പിന്നെ ഫാമിലി അവിടെയാണല്ലോ. കുട്ടികൾ അവിടെ പഠിക്കണുമുണ്ട്.''

''ശര്യാടോ, ഓരോരുത്തർക്കും ഓരോ തിരക്കുകൾ...''

''പിന്നെ വേറൊരു കാര്യം കൂടിയുണ്ട്. പണ്ടെനിക്ക് ഒരു റൂം മേറ്റ് ഉണ്ടായിരുന്നു. കൊണ്ടോട്ടിക്കാരൻ അബൂക്ക. ഒറ്റത്തടിയായ മൂപ്പര് ഭയങ്കര സിനിക്കാ. എല്ലാത്തിന്റേം ചീത്ത വശം മാത്രമേ കാണൂ. ടീവീലെ വാർത്തകൾ കണ്ടിട്ട് പറയും നമ്മടെ നാട് കേടായിപ്പോയെടാ, ജലീലേ എന്ന്. അതു കൊണ്ടു അവധിയിൽ പോകാൻ തോന്നുന്നില്ലെന്ന്. ഇത് കേട്ടു മടുത്തപ്പോൾ എനിക്ക് അയാളോട് ഞാൻ മാഷ്ടെ കാര്യം പറയണമെന്ന് തോന്നി. എന്റള്ളാ, അപ്പോൾ അയാളുടെ മുഖമൊന്നു കാണണം. വിശ്വസിക്കാനാവുന്നില്ല അയാൾക്ക്. ഒടുവിൽ സമ്മതിച്ചു, ഇങ്ങനത്തെ കുറെ ആളുകളെ പറ്റി കേൾക്കുമ്പോഴാ ഇത് ജീവിക്കാൻ കൊള്ളാവുന്ന ലോകമാണെന്ന് തോന്നുന്നതെന്ന്... അയാളുടെ ഏറ്റവും വലിയ അത്ഭുതം മറ്റൊരു മതക്കാരനാണ് ഇതൊക്കെ ചെയ്തതെന്നാണ്.''

''എന്റെ ജലീലെ, അയാളെ കുറ്റം പറഞ്ഞിട്ട് കാര്യല്ല്യാ. അങ്ങനത്തെ വാർത്തകളല്ലേ ദിവസോം ടീവീൽ വരണത്? സത്യത്തില് ആ യന്ത്രം തുറക്കാൻ കൂടി പേടിയായിരിക്കണൂ. പിന്നെ തന്റെയീ അച്യുതൻ മാഷ് അത്രയ്ക്ക് വല്ല്യ പുണ്യാളനൊന്നുമല്ലാ കേട്ടോ. എല്ലാ മനുഷ്യരെയും പോലുള്ള കുറ്റോം കുറവുംണ്ട് എനിക്കും. പിന്നെ നല്ല മനുഷ്യർ നല്ല വശം മാത്രം കാണുന്നു,

അത്രന്നെ. അതോണ്ട് തുരങ്കത്തിന്റെ അറ്റത്ത് ഇത്തിരി വെളിച്ചം കാണാതിരിക്കില്ലെന്ന ശുഭാപ്തിവിശ്വാസം കൈവിടാതെ ജീവിച്ചാൽ നന്ന്. പിന്നെ ജാതിമതങ്ങളുടെ കാര്യം. താനൊക്കെ സ്കൂളിൽ പഠിച്ചിരുന്ന കാലമല്ല ഇന്ന്. എല്ലാറ്റിലും മതോം ജാതീം ഉപജാതീം ഒക്കെ കടന്നു വരുന്നു. പഞ്ചായത്ത് ഇലക്ഷൻ പോലും അങ്ങനെയാ.''

''കഷ്ടം. അങ്ങേയറ്റം പുരോഗമനാശയങ്ങളും നവോത്ഥാന ചിന്തകളുമൊക്കെ ഉണ്ടായിരുന്ന നാടാണ്. പിന്നെ മാഷ്ടെ ആരോഗ്യം?''

''പ്രായം അനുവദിക്കണ ആരോഗ്യോക്കെണ്ട്. വല്ല്യ കുഴപ്പൊന്നുമില്ലാതെ അങ്ങനെ പോണു, അത്രന്നെ. പിന്നെ വൈകിട്ട് വെയിലാറാൻ തുടങ്ങുമ്പൊ നടക്കാവിലേക്കൊന്ന് ഇറങ്ങും. സ്വരാജ് റൗണ്ടിൽ കുറച്ചു കറങ്ങീട്ട് തേക്കിൻകാട്ടിലേക്ക് കേറും. അവിടെ ചീട്ടുകളിക്കാരുടെ പിറകിൽ കുറച്ചു നേരം നോക്കി നിൽക്കാൻ ഒരു രസാണ്. ഇരുട്ടിത്തുടങ്ങുമ്പൊ ഏതെങ്കിലും ഹോട്ടലിൽ കയറി ഒരു മസാലദോശയും കാപ്പിയും കഴിക്കും. അതോടെ അന്നത്തെ അത്താഴം കുശാൽ. ചിലപ്പോൾ വല്ല പാർസലും മേടിച്ചോണ്ടു പോവും. ഇതൊക്കെ കൊറെ നാളായുള്ള ശീലാണ്. എന്തൊക്കെ വിഷമമുണ്ടെങ്കിലും രാത്രി പത്തു മണിയാകുമ്പോഴേക്കും ഉറങ്ങാൻ കിടക്കും. പെട്ടെന്ന് തന്നെ ഉറങ്ങുകേം ചെയ്യും.''

''നടക്കാൻ വല്ല വിഷമോം?''

''ഇതേവരെയില്ല.''

''പിന്നൊരു കാര്യം പറയാൻ മറന്നു. പണ്ടു സ്കൂളിൽ വച്ചു ക്ലാസ്സ് പുസ്തകങ്ങൾക്ക് പുറമെ മറു പുസ്തകങ്ങളും വായിക്കണമെന്ന് പറയാറുണ്ട്. അന്ന് അവിടത്തെ ഗ്രാമീണ ലൈബ്രറിയിൽ നിന്ന് ചില പുസ്തകങ്ങൾ വായിക്കാറുണ്ട്. പ്രത്യേകിച്ചും ബഷീറിന്റെ നോവലുകളും കഥകളും. വരിസംഖ്യ കൊടുക്കാൻ പണമില്ലാത്തതു കൊണ്ട് തിണ്ണയിലിരുന്ന് ചക്കാത്തിനാ വായിക്കാറ്. എന്റെ താത്പര്യം കണ്ടിട്ടാവാം, ആ ലൈബ്രേറിയൻ ഒന്നും പറയാറുമില്ല. ഇത്തവണ ആ ലൈബ്രറിയിൽ വീണ്ടും പോയപ്പോൾ കഷ്ടം തോന്നി. വയ്ക്കാൻ ഷെൽഫുകളില്ലാതെ പുസ്തകങ്ങളൊക്കെ അവിടവിടെ കൂട്ടി വച്ചിരിക്കുന്നു. പിന്നെ ആ കെട്ടിടത്തിനും മഴക്കാലത്തിനു മുമ്പേ അത്യാവശ്യമായി ചെയ്തു തീർക്കേണ്ട ചില റിപ്പയർ പണികളുണ്ട്. അതിനുള്ള പണം കൊടുത്തപ്പോൾ മനസ്സിൽ വലിയൊരു സമാധാനം തോന്നി. അടുത്ത വർഷം പുതിയ പുസ്തകങ്ങൾ വാങ്ങാൻ കുറച്ചു പണം കൂടി കൊടുക്കണം. അത് അവിടന്ന് സംഘടിപ്പിക്കാം.''

''നന്നായെടോ. താൻ പാവപ്പെട്ട മൂന്നു കുട്ടികളെ പഠിപ്പിക്കുന്നുണ്ടെന്ന് കേട്ടപ്പോൾ തന്നെ വല്ല്യ സന്തോഷം തോന്നി. അതും വെവ്വേറെ മതങ്ങളിൽ പെട്ടവർ. സമൂഹം നമുക്ക് തരുന്നതിന്റെ ഓരോഹരി മറ്റുള്ളവരുമായി പങ്കിടാൻ കഴിഞ്ഞില്ലെങ്കിൽ ആ ജീവിതം പാഴെന്ന് ഞാൻ പലരോടും പറയാറുണ്ട്.''

അങ്ങനെ അവർ കുറെ നേരം അതുമിതും സംസാരിച്ചിരുന്നു.

പോകാനിറങ്ങുമ്പോൾ ജലീൽ തൊഴുതു കൊണ്ട് മാഷുടെ കാലിൽ തൊടാൻ ശ്രമിച്ചപ്പോൾ അദ്ദേഹം തടഞ്ഞു.

''വേണ്ടാടോ. ആരുടേം കാലു തൊടണ്ട. താൻ അത്യദ്ധ്വാനം ചെയ്ത് ഒരു ജീവിതമുണ്ടാക്കിയില്ലേ, അതു തന്നെ വല്ല്യ കാര്യം. ഈ നല്ല മനസ്സ് എക്കാലവും സൂക്ഷിക്കാൻ പടച്ചോൻ തന്നെ സഹായിക്കട്ടെ.''

''ആയിക്കോട്ടെ. പക്ഷേ എന്റെ നെറുകയിൽ കൈ വച്ചു അനുഗ്രഹിക്കുന്നതിനു വിരോധമില്ലല്ലോ. ഉള്ളിൽ ഒരുപാട് പരിപാടികളുണ്ട്. അതൊക്കെ നടപ്പിലാകണമെങ്കിൽ മാഷ്ടെ അനുഗ്രഹം വേണം... മാഷ്ടെ മാത്രം.''

മാഷുടെ തളർന്ന കൈപ്പത്തി നെറുകയിൽ പതിയുമ്പോൾ ദൂരെയെവിടെയോ ഉമ്മയുടെ കണ്ണുകൾ നിറയുന്നത് അയാൾ മനസ്സിൽ കണ്ടു.

പിന്നീട് ഒരു ഭദ്രമായി ഒട്ടിച്ച ഒരു കവർ നീട്ടുമ്പോൾ ജലീൽ തുടർന്നു.

''ഇത് ചെറിയൊരു ഗുരുദക്ഷിണയായി കണ്ടാൽ മതി. ഞാൻ പോയ ശേഷമേ തുറക്കാവൂ. എന്തായാലും ഫോൺ നമ്പറുകൾ കിട്ടിയല്ലോ. ഞാൻ വടക്കാഞ്ചേരിയിൽ എത്തിയിട്ട് വിളിക്കാം. ഷാർജയിലെത്തിയിട്ട് ദിവ്യമോളുമായും ബന്ധപ്പെട്ടോളാം.''

''താനെന്നെ വീണ്ടും വിഷമത്തിലാക്കുവാണെടോ. ജീവിതത്തിൽ എന്നും കാത്തു വയ്ക്കാൻ ശ്രമിച്ചിരുന്ന ചില പ്രിൻസിപ്പ്ൾസ് ഉണ്ട്...''

ജലീൽ ഒന്നു പരുങ്ങി.

''ശിഷ്യന്മാരുടെ ദക്ഷിണകൾ ഗുരുക്കൾ തള്ളിക്കളയാറില്ലെന്ന് കേട്ടിട്ടുണ്ട്.''

പിന്നെ ഒന്നും പറയാതെ മാഷ് കുമ്പിട്ടിരുന്നു.

അയാൾ പോയതിനു ശേഷം അച്യുതൻ മാഷ് രണ്ടു സന്ദേശങ്ങൾ വാട്സ്ആപ്പിലിട്ടു. വിദ്യയ്ക്കും പിന്നെ അബ്ദുൾ ജലീലിനും.

‘‘വളരെ കാലത്തിനു ശേഷം ഞാനിന്ന് പഴയ ജലീലിനെ കണ്ടു. അയാളോട് കുറെ നേരം സംസാരിച്ചിരുന്നപ്പോൾ ഉള്ളിൽ വല്ലാത്തൊരു കുളിർമ്മ തോന്നി. ഷാർജയിൽ ഹോട്ടലുകൾ നടത്തുന്ന അയാൾ നീയുമായി ബന്ധപ്പെടുമെന്ന് പറഞ്ഞിട്ടുണ്ട്.’’

‘‘തന്നോട് സംസാരിച്ചു കൊണ്ടിരുന്നപ്പോൾ പഴയ കാലത്തേക്ക് തിരിച്ചുപോയതു പോലെ തോന്നി. മെലിഞ്ഞുണങ്ങിയ പഴയ ജലീലിനെ വിണ്ടും മുന്നിൽ കണ്ടതുപോലെ. പിന്നെ താൻ പറയുന്നതൊക്കെ കേട്ടപ്പോൾ ആ പഴയ റൂംമേറ്റ് പറഞ്ഞതു പോലെ ഇത് ജീവിക്കാൻ കൊള്ളാവുന്ന ലോകമാണെന്ന് എനിക്കും തോന്നി.’’

വാട്സ്ആപ്പിൽ നീല ടിക്കുകൾക്കായി കാത്തിരിക്കാതെ അച്യുതൻ മാഷ് ഇത്തിരി നേരം കണ്ണടച്ചിരുന്നു. ■

അഞ്ചാമത്തെ ഇന്റർവ്യൂ

അന്ന് ഇത്തിരി വൈകിയാണ് ശിവദാസൻ വീട്ടിൽ നിന്നിറങ്ങിയത്. പിറ്റേന്നത്തെ ഇന്റർവ്യൂവിന്റെ ഓർമ്മയിൽ, പഠിച്ചതെല്ലാം പലവുരു ഓർക്കാൻ ശ്രമിച്ചു, അങ്ങനെ പലതും ഉള്ളിലെഴുതി, പലതവണ വെട്ടിത്തിരുത്തി, തലേന്ന് രാത്രിയിലെ ഉറക്കം മുഴുവനും കളഞ്ഞു. പതിവിലും കൂടുതൽ തവണ മൂത്രമൊഴിക്കാൻ ബാത്റൂമിൽ പോകുന്നത് കണ്ടു സാവിത്രി ചോദിച്ചു.

''എന്താ, ഒറങ്ങിയില്ലേ?''

''സാരമില്ല. നീ ഉറങ്ങിക്കോ. ഇത് ആദ്യത്തെ ഇന്റർവ്യു അല്ലല്ലോ. അപ്പൊ ഇത്തിരി ടെൻഷനൊക്കെ കാണാണ്ടിരിക്കോ?''

''വെറുതെ ടെൻഷനടിച്ചിട്ടെന്തു കാര്യം?''

ഇവളോടു തർക്കിച്ചിട്ട് കാര്യമില്ല. ഒന്നും ഉരിയാടാതെ ശിവദാസൻ തിരിഞ്ഞു കിടന്നു. പിന്നീടെപ്പോഴോ, ഉറക്കത്തിലേക്ക് വഴുതി വീണത് അയാളറിഞ്ഞില്ല. ജനാലയിലൂടെ വെളിച്ചം കടന്നു വീഴുന്നത് കണ്ടപ്പോഴാണ് പെട്ടെന്നു ചാടിയെഴുന്നേറ്റത്.

തിരക്കു പിടിച്ച്, ഷേവും കുളിയുമൊക്കെ ഒരു തരത്തിലൊപ്പിച്ചു കഴിഞ്ഞപ്പോഴേക്കും സാവിത്രി ബ്രേക്ക്ഫാസ്റ്റ് മേശപ്പുറത്തു വച്ച് കഴിഞ്ഞിരുന്നു.

''തിരക്ക് കൂട്ടണ്ടാട്ടോ. പതുക്കെ കഴിച്ചാൽ മതി. ഉച്ചവരെ ഇരിക്കേണ്ടതല്ലേ? വെറുതെ വയറ്റിൽ ഗ്യാസ് നിറക്കേണ്ട.''

ചിരിക്കുകയാണ് സാവിത്രി. അവൾക്കെല്ലാം കൂട്ടിക്കളിയാണ്. തന്റെ ഉള്ളിലെ എരിച്ചിൽ വിശപ്പിന്റെയല്ലെന്ന് അവൾ അറിയുന്നില്ല. അഞ്ചാമത്തെ ഇന്റർവ്യൂ ആണെന്ന് ഓർമ്മിപ്പിച്ചപ്പോൾ ഒന്നിൽ പിഴച്ചാൽ അഞ്ചെന്ന പുതിയ തിയറിയുമുണ്ടായിരുന്നു അവൾക്ക്. മാത്രമല്ല, അഞ്ച് അയാളുടെ ലക്കി നമ്പറാണെന്ന് ആരോ പറഞ്ഞിട്ടുമുണ്ടത്രെ.

ശിവദാസൻ തിടുക്കം പിടിച്ചു സ്കൂട്ടർ സ്റ്റാർട്ടാക്കി. ഇറങ്ങാൻ തുടങ്ങുമ്പോഴേക്കും പതിവുപോലെ പുറകിൽ നിന്ന് വിളി വന്നു.

''അതേയ്...''

അയാൾ ഞെട്ടിത്തിരിഞ്ഞു നോക്കി. വീണ്ടും പിൻവിളി. ഇത വളുടെ പതിവായിരിക്കുന്നു. എത്ര തവണ പറഞ്ഞിട്ടും കാര്യമില്ല. കൂടുതൽ പറഞ്ഞാൽ അവൾ കരയാൻ തുടങ്ങും. സ്നേഹം കൊണ്ട ല്ലേന്ന പല്ലവിയും. ഇത്തരം നിമിത്തങ്ങളിൽ അയാൾക്ക് തീരെ വിശ്വാസമില്ലെങ്കിലും ജീവിതത്തിലെ തുടർച്ചയായ തിരിച്ചടികളാണ് പലതും വെട്ടിത്തിരുത്താൻ അയാളെ പ്രേരിപ്പിച്ചത്. അങ്ങനെയാണ് സാവിത്രിയുടെ നിർബ്ബന്ധത്തിൽ ഒരിക്കൽ ഒരു ജ്യോത്സ്യനെ കാണാൻ പോയത്.

''കേട്ടില്ലേ...'' വീണ്ടും വിളിക്കുകയാണവൾ.

''എന്തേ?'' അയാൾ പല്ല് കടിച്ചു.

''പിന്നേയ്, അവടെ ചെന്നിട്ട വിളിക്കണട്ടോ. സൂക്ഷിച്ചു വണ്ടി യോടിക്കേം വേണം. തൃശ്ശൂർ റോഡില് നല്ല തിരക്കായിരിക്കും ഈ സമയത്ത്.''

മറുപടി പറയാതെ വണ്ടി തിരിച്ചു. ശ്രദ്ധിച്ചു തന്നെയാണ് വണ്ടി ഓടിച്ചതും. കാലത്തേ വശപ്പെശകാണ്. ഇനി വഴിയിൽ വല്ല പുലി വാലും ഉണ്ടാകാതിരുന്നാൽ മതിയായിരുന്നു. പക്ഷേ സാവിത്രി പറഞ്ഞത് ശരിയായിരുന്നു. പതിവില്ലാത്ത തിരക്കുണ്ടായിരുന്നു ഹൈവേയിൽ. ചാലക്കുടി കഴിഞ്ഞപ്പോഴാണ് ശരിയായ ദുർഘട മുണ്ടായത്. കുറച്ചു മുമ്പിൽ ഒരു കാറപകടം. മുമ്പിൽ പോയ കാറിന്റെ പുറംഭാഗം മുഴുവനും ചതഞ്ഞിട്ടുണ്ട്. തൊട്ടുപുറകിൽ ഒരു ടൂറിസ്റ്റ് ബസ് ചേർത്തു നിറുത്തിയിട്ടുമുണ്ട്. ആരൊക്കെയോ ഓടുന്നു, നിലവിളിക്കുന്നു. അല്പം മുമ്പ് നടന്നിട്ടേയുള്ളൂവെന്ന് വ്യക്തം.

അപ്പോഴേക്കും ചോരയൊലിപ്പിക്കുന്ന രണ്ടു പേരെ താങ്ങിയെ ടുത്തു കൊണ്ട് ചിലർ ഒരു ടാക്സിയിൽ പാഞ്ഞു പോകുന്നത് കണ്ടു. എന്നിട്ടും കണ്ടതായി ഭാവിക്കാതെ ചില വാഹനങ്ങൾ ചീറി പ്പാഞ്ഞു പോകുന്നുണ്ടെങ്കിലും ശിവദാസനു അങ്ങനെ ചെയ്യാൻ തോന്നിയില്ല. സ്കൂട്ടർ ഒതുക്കി നിറുത്തി അയാൾ അടുത്തു ചെന്ന് നോക്കി. അവിടവിടെ ചില മുറിവുകൾ പറ്റിക്കാണുമെങ്കിലും കാര്യ മായ പരുക്കിന് സാദ്ധ്യതയില്ലെന്നു അവിടെ കൂടി നിൽക്കുന്ന ചിലർ പറഞ്ഞു.

ഓ, തന്റെ ഇന്റർവ്യൂ!

അക്കാര്യം ഓർത്തതോടെ ശിവദാസൻ ബൈക്ക് പെട്ടെന്ന് സ്റ്റാർട്ടാക്കി, ചവിട്ടി വിട്ടു. ഇപ്പോൾ തന്നെ സമയം കുറച്ചു വൈകിയിരിക്കുന്നു. സാരമില്ല, എങ്ങനെയും എത്തിപ്പെടാമെന്നു തോന്നി.

പക്ഷേ തൃശ്ശൂർ ടൗണിൽ കേറിയപ്പോഴേക്കും സംഗതിയാകെ കുഴഞ്ഞു. മിഷൻ ആസ്പത്രിക്ക് മുൻപിൽ പതിവിൽക്കൂടുതൽ തിരക്ക്.

ഒടുവിൽ വിയർത്തു കുളിച്ചാണ് ഇന്റർവ്യൂ നടക്കുന്ന കമ്പനിയിൽ എത്തിയത്. റിസപ്ഷൻ കൗണ്ടറിൽ വിവരം പറഞ്ഞു, ബാത്ത്റൂമിൽ കയറി മുഖം കഴുകിയപ്പോൾ അലം ആശ്വാസം തോന്നി. അയാളുടെ മുഖത്തെ വെപ്രാളം കണ്ടപ്പോൾ കൗണ്ടറിൽ ഇരിക്കുന്ന പെൺകുട്ടിക്ക് ദയ തോന്നിയിരിക്കണം. അവൾ ചോദ്യഭാവത്തിൽ നോക്കി.

‘‘ട്രാഫിക് ബ്ലോക്ക്.’’ അയാൾ വിക്കി വിക്കി പറഞ്ഞു.

‘‘സാരമില്ല സേർ, ഇത്തിരി വൈകിയാണ് തുടങ്ങിയത്. രണ്ടു പേരെ അകത്തു കേറിയിട്ടുള്ളൂവെന്നാണ് തോന്നണത്.’’

തിരക്ക് പിടിച്ചു അയാൾ തന്റെ കടലാസുകൾ അവളുടെ നേർക്ക് നീട്ടി.

‘‘അതെല്ലാം അകത്തു കൊടുത്താൽ മതി. പേര് എസ്സിൽ നിന്നല്ലേ തുടങ്ങുന്നത്. അവിടം വരെയെത്താൻ കൊറച്ചു നേരമെടുക്കും. സാർ അകത്തു പോയി ഇരുന്നോളൂ.’’

പക്ഷേ അകത്തു കടലാസുകൾ പരിശോധിക്കുന്ന കുട്ടി പറഞ്ഞു.

‘‘അയ്യോ, സാർ വൈകിയല്ലോ. ജി.എം. ഒരിക്കൽ പേർ വിളിച്ചാരുന്നു.’’

‘‘അക്ഷരക്രമത്തിൽ അല്ലേ വിളിക്കുക?’’

‘‘അങ്ങനെയൊക്കെയായിരുന്നു പതിവ്. പക്ഷെ ഇന്നെന്തോ അവർ അവിടന്നും ഇവിടന്നുമായിട്ടാണ് വിളിച്ചത്. ചെലപ്പോ ക്വാളിഫിക്കേഷൻ അനുസരിച്ചായിരിക്കും. എന്തായാലും ഞാൻ അകത്തു പോയി ചോദിക്കാം.’’

അങ്ങനെ പറഞ്ഞ് അവൾ അകത്തേക്ക് പോയി. ക്വാളിഫിക്കേഷൻ അനുസരിച്ചാണെങ്കിൽ നന്നായി. ഒരു എം.എ. ഡിഗ്രി കൈയിലുണ്ടല്ലോ. പിന്നീട് തിരിച്ചു വന്നിട്ട് അവൾ തലയാട്ടിയപ്പോൾ ശിവദാസനു ആശ്വാസമായി.

അവിടെ കൂടിയിരുന്നവരിൽ നിന്ന് കമ്പനിയുടെ ജനറൽ മാനേജരാണ് ഇന്റർവ്യു എടുക്കുന്നതെന്ന് മനസ്സിലായി. മൂപ്പർ ലേശം

കടുപ്പക്കാരനാണത്രെ. കൂട്ടത്തിൽ മുടി നീട്ടി വളർത്തിയ ചെറുപ്പക്കാരൻ കമ്മിറ്റിയിലെ ഒരാൾ തന്റെ ചാർച്ചക്കാരനാണെന്ന് വീമ്പിളക്കുന്നത് കേട്ടു. കട്ടിമീശക്കാരന് രാഷ്ട്രീയത്തിൽ അല്പം പിടിപാടുമുണ്ട്. ചുരുക്കത്തിൽ രണ്ടു സീറ്റുകൾ പോയെന്നുറപ്പ്. ബാക്കിയുള്ള ഒരു ഒഴിവിനായിരിക്കും ഈ നാടകം മുഴുവനും!

അങ്ങനെ മൂന്നാല് പേർ വിളിച്ചു വിളിച്ചപ്പോഴേക്കും ടെൻഷൻ വല്ലാതെ കൂടിയിരുന്നു. പുറത്തുപോയി ഒരു സിഗരറ്റു വാങ്ങി വലിച്ചാലോയെന്ന് ആദ്യം തോന്നിയെങ്കിലും ഉടനെ തിരുത്തി. പണ്ടേ നിറുത്തിയതാണ്. അല്ലെങ്കിലും അപ്പോഴേക്കും പേര് വിളിച്ചാലോ? ഭാര്യയുടെ പ്രസവമുറിക്കും ഇന്റർവ്യൂ മുറിക്കും മുമ്പിലുള്ള കാത്തിരിപ്പ് ദുസ്സഹമാണെന്ന് ഉണ്ണി പറയാറുണ്ട്.

കർച്ചീഫ് കൊണ്ട് മുഖത്തെ വിയർപ്പൊപ്പിക്കൊണ്ടാണ് അയാൾ അകത്തു കയറിയത്. ഇന്റർവ്യൂ ബോർഡിൽ അഞ്ചു പേരുണ്ട്. നടുവിലിരിക്കുന്ന കഷണ്ടിക്കാരനാണ് ജി.എം. എന്നു തോന്നി. അല്പം നീളമുള്ള മുറിയാണ്. കസേരയിലേക്ക് കുറച്ചു ദൂരം നടക്കണം. അല്പം പരുങ്ങിക്കൊണ്ടുള്ള ആ നടപ്പ് ജി.എം. കൂർപ്പിച്ചു നോക്കുന്നുണ്ടായിരുന്നു. അല്ലെങ്കിലും ഓരോ അഭിമുഖം കഴിയുമ്പോഴേക്കും തന്റെ ചങ്കിടിപ്പ് കൂടാറുണ്ടെന്നു ജോസഫ് പറയാറുണ്ട്.

അങ്ങനെ അഞ്ചാം ഊഴക്കാരനായി മേശയ്ക്ക് മുമ്പിലെത്തുമ്പോഴേക്കും മുഖത്തു വിയർപ്പ് വീണ്ടും പൊടിഞ്ഞു കഴിഞ്ഞിരുന്നു. തെല്ലൊരു പേടിയോടെയാണ് എതിരെയുള്ള കസേരയിൽ ഇരുന്നത്.

അത് ശ്രദ്ധിച്ചിട്ടെന്നപോലെ പഞ്ചപാണ്ഡവന്മാരിൽ ഒരാൾ, ഒരു ചെറുപ്പക്കാരൻ ചിരിക്കുന്നുണ്ടായിരുന്നു.

''കാം ഡൗൺ യങ് മാൻ'' ജി.എം. പറഞ്ഞു. ''വിളിച്ചപ്പോൾ ഇല്ലായിരുന്നല്ലോ. എവിടെ പോയി?''

''എത്താൻ ലേശം വൈകി, സാർ. ട്രാഫിക് ബ്ലോക്കിൽ പെട്ടുപോയി. ഇടയിൽ ഒരു ആക്സിഡന്റും.''

''ഇതൊക്കെ പതിവല്ലേ ഹൈവേയിൽ. അപ്പോശ് കുറച്ചു നേരത്തെ ഇറങ്ങേണ്ടത് നിങ്ങളുടെ ചുമതലയല്ലേ?''

''ഇറങ്ങിയതാണ്, സാർ, പക്ഷേ ഇന്നത്തെ പോലത്തെ ബ്ലോക്ക് പ്രതീക്ഷിച്ചില്ല.''

''ഓക്കേ, ഓക്കേ.'' അപ്പോഴേക്കും അദ്ദേഹം കടലാസുകൾ മറിച്ചു നോക്കാൻ തുടങ്ങിയത് വലിയൊരു ആശ്വാസമായി ശിവദാസന്.

''എം.എ. കഴിഞ്ഞിട്ട് അഞ്ചാറ് കൊല്ലം കഴിഞ്ഞല്ലോ. വേറെ എവിടെയെങ്കിലും ജോലി ചെയ്യുന്നുണ്ടോ?''

''ഇല്ല.''

''നോക്കാഞ്ഞിട്ടാണോ?''

''കിട്ടിയില്ല സാർ.''

അവർ അർത്ഥം വച്ച് പരസ്പരം നോക്കുന്നത് കണ്ടു.

അതിനിടയിൽ ജി.എം. ആംഗ്യം കാട്ടിയപ്പോൾ അടുത്തിരിക്കുന്നയാൾ തുടങ്ങി.

''സയൻസ് ഇഷ്ടമാണെന്ന് പറഞ്ഞിട്ട് എന്തേ എം.എയ്ക്ക് പോയത്?''

''ബി.എസ്.സി. കഴിഞ്ഞപ്പോ എം.എസ്.സിക്ക് കിട്ടിയില്ല സാർ. അവിടെ സീറ്റ് കുറവായിരുന്നു.''

''ഇവിടത്തെ പണിക്ക് നിങ്ങൾ ഓവർ ക്വാളിഫൈഡ് ആണല്ലോ.''

''അങ്ങനെയൊന്നുമില്ല, സാർ. ഏത് ജോലി കിട്ടിയാലും ചെയ്യാൻ തയ്യാറാണ്. ഒന്നും കിട്ടാതായപ്പോൾ ഗതികേട് കാരണം കുറേക്കാലം കുട്ടികൾക്ക് ട്യൂഷൻ എടുത്തു നോക്കി. ഭാര്യവീട്ടിൽ അല്പം ചുറ്റുപാടുകളുള്ളതുകൊണ്ട് ഒരു വിധം കഴിഞ്ഞു കൂടുന്നുവെന്ന് മാത്രം. ഗൾഫിലുള്ള അളിയൻ ഇടയ്ക്ക് കുറച്ചു പണം അയച്ചു തരുന്നുണ്ട്. അങ്ങനെ നാണംകെട്ടുള്ള ജീവിതമാണ് സാർ.''

''ഇതൊക്കെ എല്ലാവരും പറയുന്ന കഥയാണ്. വേറെ വിശ്വസിക്കാവുന്നത് വല്ലതും പറയൂ.''

''സത്യമാണ്, സാർ.''

ഭാര്യയുടെ മിക്ക ആഭരണങ്ങളും പണയത്തിലാണെന്നു പറയാൻ തോന്നിയില്ല. അതും ഇവർ വിശ്വസിച്ചേക്കില്ല.

അങ്ങനെ പലതും ആലോചിച്ചിരിക്കെ ഇന്റർവ്യു കമ്മിറ്റിയിലെ വേറൊരാൾ ഇടപെട്ടു. ഇതിങ്ങനെ അനാവശ്യമായി നീണ്ടു പോകുന്നതിൽ അയാൾ അസ്വസ്ഥനാണെന്ന് തോന്നി.

''ആട്ടെ, നിങ്ങളുടെ ജനറൽ നോളജ് എങ്ങനെ?'' അയാൾ ചോദിച്ചു.

''കുറച്ചൊക്കെ അറിയാം. സാർ.''

''എന്നാൽ പറയൂ, അന്റാർട്ടിക്കയുടെ ക്യാപിറ്റൽ എവിടെയാ?''

''അറിഞ്ഞു കൂടാ, സാർ.''

''ഇത്രയ്ക്ക് സിമ്പിൾ ആയ കാര്യം പോലും അറിയില്ലാല്ലേ?''

''പഠിച്ചതാ സാർ, മറന്നു പോയി.''

പിന്നെ അവിടെ കേട്ടത് ഒരു കൂട്ടച്ചിരിയാണ്. ശിവദാസൻ ചമ്മിയിരിക്കെ ചിരി നിറുത്താനാവാതെ ചിലർ വായ പൊത്തുകയാണ്.

''ടിംബക്റ്റൂ.'' വേറൊരാൾ കൂട്ടിച്ചേർത്തു.

''ആയിരിക്കാം സാർ. ഓർമ്മയില്ല.''

പിന്നീട് അവർ ഓരോരുത്തരായി മാറി മാറി എന്തൊക്കെയോ ചോദിച്ചു. ശിവദാസൻ എന്തൊക്കെയോ മറുപടി പറഞ്ഞു. മിക്കതും അപ്രസക്തമായ ചോദ്യങ്ങൾ. മനപ്പൂർവം ഒഴിവാക്കാൻ നോക്കുന്നതുപോലെ.

''അപ്പൊ ജോലിയില്ലെങ്കിലും കല്യാണം കഴിക്കാൻ മറന്നില്ലാല്ലേ?''

അവരുടെ ക്രൂരമായ ചിരിയിൽ ശിവദാസൻ ആകെ തളർന്നു കഴിഞ്ഞിരുന്നു.

''അമ്മേടെ നിർബന്ധം, പ്രായം ഒരുപാടായെന്നും പറഞ്ഞു. പിന്നീട് തോന്നി അത് നന്നായെന്ന്. അത് കഴിഞ്ഞു ഒരു കൊല്ലത്തിനുള്ളിൽ അമ്മ പോയല്ലോ.'' തന്റെ കണ്ണുകൾ കടയുന്നത് ശിവദാസൻ അറിഞ്ഞു.

പെട്ടെന്ന് ജി.എമ്മിന്റെ മുഖം മങ്ങുന്നത് കണ്ടു. കീശയിൽ നിന്ന് കൈലേസെടുത്ത് അദ്ദേഹം മുഖം തുടച്ചു.

അടുത്തിരിക്കുന്നയാൾ മറ്റൊരു ചോദ്യത്തിലേക്ക് കടക്കുന്നതിന് മുമ്പ് ജി.എം. ഇടപെട്ടു.

''മതി, മതി. വേറെ വല്ലതും ചോദിക്കൂ. ദിസീസ് ടൂ പേർസണൽ.'' ജി.എം. പറഞ്ഞു.

അവർ പരസ്പരം നോക്കി, ഇനിയൊന്നുമില്ലെന്ന മട്ടിൽ കണ്ണിറുക്കി.

മുമ്പിലുള്ള കടലാസുകൾ ഒരിക്കൽ കൂടി മറിച്ചു നോക്കിയിട്ട് ജി.എം. പറഞ്ഞു.

''ഓക്കേ, ഇറ്റ്സ് ഫൈൻ! താങ്ക് യു മിസ്റ്റർ ശിവദാസൻ. യു ക്യാൻ ഗോ. വിവരം അറിയിക്കാം.''

അങ്ങനെ എല്ലാം പെട്ടെന്ന് കഴിഞ്ഞ ആശ്വാസത്തോടെ പുറത്തു കടക്കുമ്പോൾ അല്പം തണുത്ത വെള്ളം കുടിക്കണമെന്ന് തോന്നി. തൊണ്ട അത്രയ്ക്ക് വരണ്ടിരുന്നു.

ആന്റി റൂമിൽ ഇരിക്കുന്നവർ എന്തൊക്കെയോ ചോദിച്ചെങ്കിലും മറുപടി പറയാതെ ഒരു വിധത്തിൽ പുറത്തു കടക്കുകയായിരുന്നു. ഒരു ലക്ഷ്യവുമില്ലാതെ സ്വരാജ് റൗണ്ടിലൂടെ കുറെ ചുറ്റിയടിച്ചു.

വെയിൽ കുറവായിരുന്നെങ്കിലും ഈർപ്പം കൂടുതലുണ്ടായിരുന്നു. നല്ല വിശപ്പുണ്ടായിരുന്നതുകൊണ്ട് പത്തൻസിൽ കയറി, ഒരു മസാലദോശയ്ക്കും കാപ്പിക്കും ഓർഡർ കൊടുത്തു.

മനസ്സ് പിടിവിട്ടു സഞ്ചരിക്കുകയായിരുന്നു...

ഒരു മാല പണയം വച്ചാണ് ഗൾഫിൽ ജോലി കിട്ടി പോകുന്ന ഒരു അടുത്ത ചങ്ങാതിയിൽ നിന്ന് കുറഞ്ഞ വിലയ്ക്ക് ഒരു സെക്കൻഡ് ഹാൻഡ് സ്കൂട്ടർ മേടിച്ചത്. അതും സാവിത്രിയുടെ ആവർത്തിച്ചുള്ള നിർബ്ബന്ധം കാരണം. അല്ലെങ്കിലും അവളുടെ സ്നേഹപൂർണ്ണമായ നിർബ്ബന്ധത്തിനു വഴങ്ങാതിരിക്കാൻ ഒരിക്കലും കഴിയാറില്ല. ഭർത്താവിന് ഒരു പണിയുമില്ലെങ്കിലും അത് പുറത്തു കാണിക്കാൻ വലിയ മടിയായിരുന്നു അവൾക്ക്. ആണുങ്ങളാവുമ്പോൾ അങ്ങോട്ടുമിങ്ങോട്ടും പോകാൻ ഒരു വണ്ടി വേണ്ടേയെന്ന് അവൾ ചോദിക്കാറുണ്ട്.

പണ്ട് അവൾക്ക് പല നല്ല കല്യാണാലോചനകളും വന്നപ്പോൾ താൻ തന്നെ മതിയെന്ന് വാശി പിടിച്ച് ഒരു ദിവസം മുഴുവൻ ഉണ്ണാതിരുന്നപ്പോഴല്ലേ ഗൾഫുകാരൻ ചേട്ടൻ ഈ കല്യാണത്തിന് സമ്മതിച്ചത്. അല്ലെങ്കിലും അയാളുടെ പ്രിയപ്പെട്ട ചിന്നുമോളാണല്ലോ അവൾ. ഇപ്പോഴും വിളിക്കുന്നത് അങ്ങനെ തന്നെ. പിന്നീട് അവരുടെ ഒരു വീട്ടിൽ നിന്ന് വാടകക്കാരനെ നിർബ്ബന്ധിച്ചു ഒഴിപ്പിച്ചാണ് ഇവർക്ക് താമസിക്കാൻ കൊടുത്തത്. അതിന്റെ പേരിലായിരിക്കണം, അവധിക്ക് വരുമ്പോൾ ചേട്ടത്തിയമ്മ ചിലപ്പോൾ മുറുമുറുക്കുന്നത് കേൾക്കാറുണ്ട്. എന്തായാലും തന്റെ ജീവിതത്തിൽ അവൾ തന്നിരുന്ന നിറവ് ചെറുതല്ലല്ലോ.

പക്ഷേ, ഒരു കാര്യത്തിൽ മാത്രം ശിവദാസൻ വിട്ടു കൊടുത്തില്ല. അവൾ എന്തൊക്കെ പറഞ്ഞിട്ടും ഒരു വരുമാനമാർഗ്ഗം ഉണ്ടാകുന്നതുവരെ ഒരു കുട്ടി വേണ്ടെന്ന് മാത്രം അയാൾ വാശി പിടിച്ചു.

ഹോട്ടലിൽ നിന്നിറങ്ങി, പിന്നെയും അന്തമില്ലാത്ത ചുറ്റിയടിക്കൽ. പിന്നീട് സ്കൂട്ടർ വച്ചിരിക്കുന്നിടത്തേക്കുള്ള നീണ്ട നടപ്പ്. വണ്ടി സ്റ്റാർട്ടാക്കുമ്പോഴേക്കും അയാൾ ഒരു പരുവമായി കഴിഞ്ഞിരുന്നു. ആരോടോ പക തീർക്കുന്ന പോലെയുള്ള ഈ നടപ്പിൽ അർത്ഥമില്ലെന്ന് പിന്നീട് തോന്നി. ഈ ജോലി അല്ലെങ്കിൽ മറ്റൊന്ന്. തനിക്കുള്ള ചോറ് ആരോ എവിടെയോ കരുതി വച്ചിട്ടുണ്ട്. അവരെ ഒരിക്കൽ കണ്ടെത്തുമെന്ന് ഉറപ്പുണ്ട്, ഇന്നല്ലെങ്കിൽ നാളെ.

ഒരുപക്ഷേ ആറാമത്തെ ഇന്റർവ്യു ആയിരിക്കും തനിക്ക് പറഞ്ഞു വച്ചിരിക്കുന്നത്. ഒന്നും കിട്ടാതെ വഴിയാധാരമാകാൻ പറ്റിയ ഒരു പാപവും താൻ ചെയ്തിട്ടില്ല, സാവിത്രിയും. ഒരു കാര്യത്തിൽ

ആശ്വാസമുണ്ട്. പരാതിയൊന്നും പറയില്ല സാവിത്രി. അവൾ പാവമാണ്. ഇതല്ലെങ്കിൽ വേറൊന്ന്, എന്നേ അവൾ പറയൂ. അല്ലെങ്കിലും വളരെ പോസിറ്റീവ് ആണവൾ. മറ്റു ഭാര്യമാരെപ്പോലെ വേണ്ടിയിട്ടും വേണ്ടാതെയും കുത്തുവാക്കുകൾ പറയുന്ന സ്വഭാവമില്ല അവൾക്ക്.

എന്നാലും ആ പിൻവിളി! എത്ര പറഞ്ഞിട്ടും അവളതു നിറുത്തുന്ന മട്ടില്ല. സ്നേഹക്കൂടുതൽ കൊണ്ടായിരിക്കും അനവസരത്തിലുള്ള അത്തരം മുന്നറിയിപ്പുകൾ.

അങ്ങനെ ഓരോന്നോർത്തു, വണ്ടി ചവിട്ടി വിടുമ്പോൾ കുറെ ദൂരം കടന്നിരിക്കണം. ട്രാഫിക് കുറവായതുകൊണ്ട് പെട്ടെന്ന് തന്നെ കൊടകര എത്തിയിരുന്നു. സാവിത്രിയുടെ അമ്മാവൻ താമസിക്കുന്നത് ഇവിടെ അടുത്തെങ്ങോ ആണ്. പല തവണ ക്ഷണിച്ചിട്ടും അവിടെ പോയിട്ടില്ല. അല്ലെങ്കിലും ഒഴിഞ്ഞ കൈയോടെ പോകാൻ പറ്റില്ലല്ലോ. കുട്ടികളുള്ള വീടാണ്. ആദ്യമായി ചെല്ലുമ്പോൾ കുട്ടികൾക്കായി എന്തെങ്കിലും കൈയിൽ കരുതേണ്ടേ? സാമാന്യം സൗകര്യമുള്ള വീടായതുകൊണ്ട് എന്തെങ്കിലും കാര്യമായിട്ട് തന്നെ! അതിനുള്ള പൈസ... കല്യാണത്തിന് അവർ കൊടുത്ത സ്വർണ്ണമാല ഇപ്പോൾ പണയത്തിലാണ്. എങ്ങനെ ആ അമ്മായിയുടെ മുഖത്തു നോക്കും?

അങ്ങനെ കണ്ടില്ലെന്ന മട്ടിൽ കൊടകര കടന്നു. പോകാനുള്ള ദൂരം മടക്കത്തിൽ കൂടിയെന്ന് തോന്നി. അങ്ങോട്ട് പോയപ്പോൾ കുറച്ചു ആവേശമെങ്കിലും ഉണ്ടായിരുന്നു. താരതമ്യേന ചെറിയൊരു പ്രൈവറ്റ് കമ്പനിയാണല്ലോ. മുമ്പ് പോയിടത്തെ പോലെ വലിയ കെട്ടിക്കാഴ്ചയൊന്നുമില്ല.

അല്ല, അങ്ങനെ എഴുതിത്തള്ളാനായോ?

മറ്റുള്ളവർ ചിരിച്ചു പരിഹസിക്കാൻ നോക്കിയെങ്കിലും ജി.എമ്മിന്റെ മുഖത്ത് അല്പം അലിവ് കാണായി. പ്രത്യേകിച്ച് പ്രായക്കൂടുതൽ കാരണം പെണ്ണ് കെട്ടാൻ അമ്മ നിർബന്ധിച്ചുവെന്ന് പറഞ്ഞപ്പോൾ. ഒന്നുമില്ലെങ്കിലും അങ്ങേര് ലോകം കണ്ടയാളല്ലേ? ചെറുപ്പക്കാരെപ്പോലെ എടുത്തുചാട്ടമൊന്നും കാണില്ല. ഇന്റർവ്യു ബോർഡിൽ എത്ര പേരുണ്ടെങ്കിലും അവസാന തീരുമാനം അദ്ദേഹത്തിന്റെയല്ലേ? അറിയിക്കാമെന്നല്ലേ പറഞ്ഞത്? ബാക്കി വരുന്ന ആ ഒരു വേക്കൻസി!

അങ്ങനെയൊക്കെ ആലോചിച്ചു പോയപ്പോൾ ഉള്ളിൽ അല്പം കുളിർമ്മ തോന്നി.

ചാലക്കുടിയായപ്പോൾ ഒരു ചായ കുടിക്കണമെന്ന് തോന്നി. ഒരു തട്ടുകടയുടെ മുമ്പിൽ വണ്ടി നിറുത്തി. ഓ, ചുടുചായ തരുന്ന

ഒരു ആശ്വാസം! അതുകൊണ്ടു മുന്നോട്ടുള്ള പോക്ക് കുറേക്കൂടി എളുപ്പമായി.

കുറെ ദൂരം പോയിരിക്കണം. പെട്ടെന്ന് റോഡരികിൽ നിന്ന് ഒരു ശബ്ദം കേട്ടു ഞെട്ടിത്തിരിഞ്ഞു നോക്കിയപ്പോൾ അരികിലെ പാടത്തു നിന്ന് ആരോ കൈനീട്ടി ഉറക്കെ അലറി വിളിക്കുന്നു.

ശിവദാസൻ പരിഭ്രമത്തോടെ വണ്ടി നിറുത്തി, എത്തി നോക്കി. ഒരു പെൺകുട്ടിയാണ്. പാടത്തു പാതി ചെളിയിൽ മുങ്ങി നിൽക്കുകയാണ് അവൾ.

''സാറേ, രക്ഷിക്കണം.'' അവൾ ഉറക്കെ വിളിക്കുന്നു.

പാടവക്കത്തു ചെന്നു നോക്കിയപ്പോൾ ഒരു ചെടിക്കൊമ്പിൽ അള്ളിപ്പിടിച്ചു നിൽക്കുന്ന പെൺകുട്ടിയെ കണ്ടു. പിന്നീടൊന്നും ആലോചിക്കാതെ നന്നെ പണിപ്പെട്ട അയാൾ അവളെ പിടിച്ചു കയറ്റി. ഇരുനിറത്തിൽ ഒരു പെൺകുട്ടി. പത്തിരുപത്തിയഞ്ച് വയസ്സായിക്കാണണം

ചെളിവെള്ളത്തിൽ പാതിയും മുങ്ങിയതുകൊണ്ടാകാം അവൾ നിന്ന് വിറയ്ക്കുന്നുണ്ടായിരുന്നു. അവളുടെ ചുരിദാർ നിറയെ ചേറാണ്. ഷാൾ എവിടെയോ വീണു പോയിരിക്കുന്നു.

''വളരെ നന്ദി, സാറിനെ ദൈവം കാക്കും. ഒത്തിരിപ്പേര് ഈ വഴി കടന്നു പോയതാ. ആരും മൈൻഡ് ചെയ്തത് പോലുമില്ല.''

''എന്തുപറ്റി? എങ്ങനെയാ പാടത്തു വീണത്?''

''ജോലി കഴിഞ്ഞു വരുവാരുന്നു. ബസ്സിറങ്ങി വീട്ടിലോട്ട് നടക്കുമ്പഴാ പൊറകെന്നു എന്തോ വന്നു ഇടിക്കണത്. പിന്നൊന്നും എനിക്കോർമ്മയില്ല. കണ്ണ് തൊറന്നപ്പോ അരയ്ക്ക് ചെളിയിലാ. എങ്ങനോ ലേശം മേളിലോട്ട് കയറി ഒരു ചെടിക്കൊമ്പേൽ പിടിച്ചു നിന്നു. പലരും കണ്ടതാ സാറെ...''

വഴിയേ കടന്നു പോകുന്നവർ അവരെ സംശയത്തോടെ നോക്കുന്നത് കണ്ടു. ചിലരുടെ നോട്ടത്തിൽ ഒരു പന്തിയില്ലായ്മ പോലെ.

''വീടെവിടെയാ?'' ശിവദാസൻ തിരക്കി.

''അടുത്തു തന്നെയാ. ഒരു പത്തു പതിനഞ്ചു മിനിറ്റു നടന്നാൽ മതി.''

''ശരി, കേറിക്കോ ഞാൻ കൊണ്ട് വിടാം.''

''അയ്യോ, അത് വേണ്ടാ സാർ, ഞാൻ നടന്നു പൊക്കോളാം. അതാ പതിവ്.

''വേണ്ടെന്നേ. ഉടുപ്പിൽ ആകെ ചെളിയായിരിക്കുന്നു കേറിക്കോ.''

''സാറിന്റെ കുപ്പായത്തിലും ചെളിയാവും.''

''സാരല്യാ.''

അല്പം മടിയോടെയാണ് അവൾ പുറകിൽ കേറിയത്.

''ഇയാൾടെ പേര്?''

''എൽസി.''

''മുറുക്കി പിടിച്ചോളണം, വണ്ടി വിടാൻ പോവാണ്.''

എതിരെ വീശിയടിക്കുന്ന കാറ്റിൽ അവൾ തെല്ലൊന്ന് വിറയ്ക്കുന്നത് പോലെ.

''തോളത്തു പിടിച്ചോ, തെന്നി വീഴരുത്...''

കുറച്ചു ചെന്നപ്പോൾ ഇടത്തോട്ട് ഒരു വഴി കണ്ടു.

''അതിലെ തിരിഞ്ഞോളൂ സാർ. കൊറച്ചു കഴിയുമ്പോ ഒരു കലുങ്ക് കാണും. കലുങ്കിറങ്ങി ഇച്ചിരി പോയാ ലെഫ്റ്റിലോട്ട് തന്നെ ഒരു ഇടവഴിയുണ്ട്. അവടെ നിറുത്തിയാ മതി. അവടന്ന് വീട്ടിലോട്ട് കൊറച്ചു ദൂരമേ ഉള്ളൂ.''

അങ്ങനെ വഴിത്തിരിവിൽ...

''ഇവടെ... ഇവടം വരെ മതി. ഈ വഴീടെ അറ്റത്താ വീട്.''

''ഞാൻ വീട്ടിൽ കൊണ്ടു വിടാമെന്നേ. എന്തായാലും ഇവിടം വരെയായില്ലേ? ഈ വേഷത്തിൽ ആരും കാണണ്ട. വീട്ടുകാര് ചോയ്ച്ചാൽ പറയേം ചെയ്യാം.''

''വേണ്ട, സാർ... സാർ... പ്ലീസ്.'' കെഞ്ചുകയാണവൾ.

അവൾ വല്ലാതെ പകയ്ക്കുന്നതുപോലെ. പക്ഷേ അപ്പോഴേക്കും വണ്ടി അവളുടെ വീട്ടുമുറ്റത്തു എത്തിക്കഴിഞ്ഞിരുന്നു.

അവിടെ വരാന്തയിൽ ഒരാൾ കാത്തുനിൽപ്പുണ്ടായിരുന്നു. കറുത്തു കുള്ളനായ ഒരാൾ. ചെളിയിൽ കുതിർന്ന അവളുടെ ഉടുപ്പിലേക്ക് തെല്ലു നേരം തുറിച്ചു നോക്കിയിട്ട് അയാൾ ചോദിച്ചു:

''ഏതു ചെളിക്കുണ്ടിൽ പോയി കെടക്കുവാരുന്നൂടീ നീ ഇതേ വരെ?''

''എല്ലാം വിശദമായി പറയാം, അച്ചായാ, അകത്തോട്ട് കേറീട്ട്.''

തിണ്ണയിൽ തന്നെ തടഞ്ഞു നിൽക്കുകയായിരുന്നു അയാൾ.

''അവടെ നിന്ന് പറഞ്ഞിട്ട് അകത്തോട്ട് കേറിയാ മതി.'' വല്ലാതെ ചുവന്ന ഉണ്ടക്കണ്ണുകൾ ഉരുട്ടി അവളെ അടിമുടി ഒന്ന് നോക്കിയിട്ടു അയാൾ അലറി. ശബ്ദം കേട്ട വാതിൽക്കൽ വന്നു തല നീട്ടിയ ഒരു കൊച്ചു പെൺകുട്ടി പേടിച്ചരണ്ടു നിൽക്കുന്നത് കണ്ടു.

''അത് പിന്നെ, അച്ചായാ...''

''ആരാടീ നിന്റെ അച്ചായൻ? ഏതു ചാണകക്കുഴിലാ നീ ചെന്ന് ചാടീത്?''

''വഴീല്... വഴീല്...''

''ചോദിച്ചതിന് മറുപടി പറയെടീ ആദ്യം...'' അയാളുടെ ശബ്ദത്തിൽ മദ്യത്തിന്റെ ഇടർച്ചയുണ്ടായിരുന്നു.

''സാറ് നിക്കണ്ടാ, പൊക്കോ... ഞാൻ അപ്പഴേ പറഞ്ഞതല്ലേ വഴീടെ മുമ്പിൽ എറക്കിയാ മതീന്ന്.'' മുഖം താഴ്ത്തി ശിവദാസനോട് പറയുമ്പോൾ എൽസിയുടെ തൊണ്ട ഇടറുന്നുണ്ടായിരുന്നു.

കണ്ണീരടക്കാൻ പണിപ്പെടുകയായിരുന്നു അവൾ.

''അല്ലാടീ അവനെ അകത്തു കേറ്റി പൊറുപ്പിച്ചോ. ഞാൻ എറങ്ങിത്തരാം. നീ വാടകയ്ക്കെടുത്ത വീടാന്ന അഹങ്കാരമല്ലേ നീ കാട്ടീത്? അപ്പോൾ ഇവനാ ഇടയ്ക്കൊക്കെ രാത്രീല് ഫോൺ ചെയ്യണതല്ലേ...?''

അതോടെ അതേ വരെ പകച്ചുനിന്ന ശിവദാസന് മതിയായി. അയാൾ തിടുക്കത്തിൽ വണ്ടി തിരിച്ചു വിട്ടു.

''എന്തൊരു മുടിഞ്ഞ ദിവസം!''

മടക്കത്തിൽ അയാൾ പിറുപിറുത്തുകൊണ്ടിരുന്നു. തന്നെത്തന്നെ ശപിക്കുകയല്ലാതെ അന്നേരം സാവിത്രിയുടെ പിൻവിളിയെയും മോശമായ ഇന്റർവ്യൂവിനെയും വഴിയിലെ അപകടത്തെയും പറ്റിയൊന്നും അയാൾ ഓർത്തതേയില്ല. വല്ല വിധവും വീട്ടിലെത്തിയാൽ മതിയെന്നായി.

പതിവില്ലാത്ത വേഗത്തിൽ വണ്ടിയോടിച്ചു വീട്ടിൽ ചെന്നു കയറുമ്പോൾ സാവിത്രി പൂമുഖത്തു തന്നെ കാത്തുനിൽക്കുന്നുണ്ടായിരുന്നു.

''എന്തു പറ്റി, കുപ്പായത്തിൽ അപ്പടി ചെളിയാണല്ലോ?'' അവൾ പരിഭ്രമത്തോടെ ചോദിച്ചു. ''വല്ല ആക്സിഡന്റും പറ്റിയോ?''

''ആ, നീ കരുതുന്നതിനേക്കാൾ വലിയ ആക്സിഡന്റ്...'' അകത്തേക്ക് കയറിക്കൊണ്ട് അയാൾ വിക്കിവിക്കി പറഞ്ഞു. ''ആദ്യം ഒരു ഗ്ലാസ് വെള്ളം തരൂ. കുറച്ചു കഴിഞ്ഞു ഒരു കപ്പ് ചായയും.''

തണുത്ത വെള്ളം കുടിച്ചപ്പോൾ അല്പം ആശ്വാസമായതു പോലെ. കഴിഞ്ഞത് പോയതൊക്കെ ഓർത്തു ശിവദാസൻ നെടുവീർപ്പിട്ടു.

പിന്നെ അയാൾ എല്ലാം വിശദമായി പറയാൻ തുടങ്ങി. മൂക്കത്തു വിരൽ വച്ച് അന്തം വിട്ടിരിക്കുകയാണ് സാവിത്രി.

''ഹാവൂ. എന്തൂട്ട് മനുഷ്യനാ അയാള്. വിശ്വസിക്കാൻ പറ്റണില്ലാട്ടോ....''

''അതിന് അയാളല്ലല്ലോ പറഞ്ഞത്? അയാളുടെ ഉള്ളിലെ കള്ളല്ലേ?''

''കള്ളു കുടിച്ചൂന്ന് വെച്ച് ഇത്തരം വേണ്ടാതീനം വിളിച്ചു പറയുവോ ഒരാള്?''

''പിന്നില്ലാണ്ട്, ലവൻ ഉള്ളീചെല്ലുമ്പഴല്ലേ അകത്തു കെടക്കണ വേണ്ടാതീനമൊക്കെ പുറത്തു ചാടുക?''

''എന്തായാലും ചേട്ടൻ അത്തരക്കാരനല്ലെന്ന് ഇവിടത്തുകാർക്കൊക്കെ അസ്സലായിട്ടറിയാം.''

''എന്തായാലും ആളൊരു സംശയരോഗിയാന്നു തോന്നണു. പിന്നെ വല്ലാത്തൊരു തരം കോംപ്ലെക്സും. ഒരു പണീല്ലാതെ വീട്ടിലിരിപ്പാന്ന് തോന്നണു.''

''അതൊക്കെ പോട്ടെ, എങ്ങനിരുന്നു ഇന്റർവ്യൂ?''

ഒരു രക്ഷയുമില്ല എന്ന തരത്തിൽ ശിവദാസൻ ആംഗ്യം കാട്ടി.

''എന്നുവച്ചാൽ?''

''ഒക്കെ പറയാം. ആദ്യം എനിക്കൊരു ചുടുചായ തരൂ. നല്ല ചൂട് വേണംട്ടോ?''

പിന്നീട് ചായ ഊതിക്കുടിച്ചു കൊണ്ട് അയാൾ എല്ലാം വിശദമായിട്ട് പറയാൻ തുടങ്ങി. പതിവു പോലെ മൂക്കത്തു വിരൽ വച്ച് കേട്ടുകൊണ്ടിരിക്കുകയായിരുന്നു സാവിത്രി.

''എല്ലാം പഴയ പോലന്നെ, അല്ലേ?''

''അതിലും മോശാന്നു പറയാം. ജോലി കിട്ടിയില്ലെങ്കിലും സാരല്യാ, അവരുടെയാ കളിയാക്കലാ സഹിക്കാൻ വയ്യാത്തത്. നമ്മളൊക്കെ വെറും പൊട്ടന്മാരെന്നാ അവരുടെ വിചാരം. മേശയ്ക്ക് അപ്പുറത്തിരിക്കുമ്പോ എന്തും ചോദിക്കാല്ലോ? പക്ഷേ, മുമ്പുള്ളവരൊന്നും ഇങ്ങനെ പെരുമാറിയിട്ടില്ല.''

''അവരടെ വല്ലോരും കാണും കൂട്ടത്തിൽ.''

''രണ്ടു മൂന്നു വേക്കൻസി ഉണ്ടെന്ന് കണ്ടാ ആപ്ലിക്കേഷൻ അയച്ചത് തന്നെ.''

''ഓരോരുത്തർക്കും ഓരോ ആൾ കാണുവെങ്കിലോ?''

''കാണുവായിരിക്കും. സാരല്ല്യാ, ഇനീം വരൂല്ലോ ഇന്റർവ്യു?''

ഭാഗ്യത്തിന് അവൾ റോബർട്ട് ബ്രൂസിന്റെയും എട്ടുകാലിയുടെയും കഥ പറഞ്ഞില്ല. അവരൊക്കെ ചത്തിട്ട് എത്രയോ കാലം കഴിഞ്ഞിരിക്കുന്നു!

അവൾ വെറുതെ മൂളി. ഇത്തരം ആവർത്തനങ്ങൾക്കും സാന്ത്വനങ്ങൾക്കും ഒരു അർത്ഥവുമില്ലെന്ന് സാവിത്രിക്ക് തന്നെ തോന്നിത്തുടങ്ങിയിരിക്കണം.

''എന്തായാലും മടുത്തിട്ട ഒടുവിൽ ആ പോസ്റ്റുമാൻ തന്നെ കീറിക്കളയാതിരുന്നാൽ മതിയായിരുന്നു.''

''ഹേ, അങ്ങനൊന്നും ചെയ്യില്ല നമ്മടെ കേശുമ്മാൻ.'' അങ്ങനെ പറയുമ്പോഴും സാവിത്രിയുടെ ശബ്ദത്തിൽ പഴയ ഉറപ്പില്ലെന്ന് തോന്നി. ''ഗൾഫിൽ വല്ല ചാൻസും ഉണ്ടോന്ന് വിശ്വേട്ടനോട് ചോയ്ക്കണോ.''

''വേണ്ടാ വേണ്ടാ. അതൊന്നും വേണ്ട. ഒരാളെ ശല്യപ്പെടുത്തണതിനും ഒരതിരില്ലേ? ഇപ്പോൾത്തന്നെ ഞാനൊരു ഇത്തിക്കണ്ണിയാണവർക്ക്. തുറന്നു പറയുന്നില്ലെന്ന് മാത്രം. എന്തായാലും, ഇങ്ങനെ ഇന്റർവ്യൂകളും കാത്തിരിക്കാതെ, വേറെ എന്തെങ്കിലും പരിപാടി നോക്കുകയേ നിവൃത്തിയുള്ളൂ. ഒന്നൂല്ലെങ്കിൽ കുട്ടികൾക്ക് വല്ല ട്യൂഷനും കൊടുക്കാല്ലോ. എം.എയ്ക്ക് പഠിച്ചത് എക്കണോമിക്സ് ആണെങ്കിലും ഡിഗ്രിയുടെ കണക്കും സയൻസും കയ്യിലുണ്ടല്ലോ.''

''അല്ലെങ്കിലും ചേട്ടൻ കണക്കിന് വളരെ സ്ട്രോങ്ങ് ആണെന്നല്ലേ മറ്റുള്ളോരു പറയാറ്? ഇപ്പോൾ ഡിമാൻഡ് മാത്സിനാണ് താനും.''

''ആ...''

''പിന്നെ പൊറത്തും പോവേം വേണ്ടാ, ആരുടെം കാലും പിടിക്കണ്ട.. എനിക്ക് പഴയ തുന്നൽപ്പണി വീണ്ടും തൊടങ്ങുകേം ചെയ്യാം.'' സാവിത്രി ഉത്സാഹത്തോടെ പിന്താങ്ങി.

എന്തായാലും, പിറ്റേന്ന് തൊട്ട ശിവദാസൻ അപേക്ഷകളയയ്ക്കൽ നിറുത്തി. എന്തെങ്കിലും കവർ വന്നാൽ പറയുകേം വേണ്ടെന്ന് ചട്ടം കെട്ടി. അതിനകത്ത് എന്തായിരിക്കുമെന്ന് ഇത്രയും കാലത്തെ അനുഭവം കൊണ്ട് കൃത്യമായി മനസ്സിലായിട്ടുണ്ട്. ഇനി വല്ല ചായ കടയിലും പോയി ജോലി ചെയ്യേണ്ടി വന്നാലും ഇതുപോലെ വല്ലവന്റേം മുമ്പിൽ പോയിരുന്നു ഇളിഭ്യനാകാൻ വയ്യ.

അങ്ങനെ എട്ടു പത്തു ദിവസങ്ങൾ കഴിഞ്ഞിരിക്കണം. തന്നെപ്പോലെ ഒരു തൊഴിലുമില്ലാത്ത ഒരു കൂട്ടുകാരന്റെ വീട്ടിൽ പോയി മടങ്ങി വന്നപ്പോഴാണ് ഒരു കവർ വന്നത്. അതും വളരെക്കാലം കൂടിയിട്ട് ഒരു റജിസ്റ്റേർഡ് കവർ.

''എന്താ മാഷേ, വല്ല കോളുമുണ്ടോ?'' പോസ്റ്റുമാൻ കേശുമ്മാൻ ഒരു ചെറുചിരിയോടെ ചോദിച്ചു.

''എന്തൂട്ട് കോള്? വല്ല കരവും അടയ്ക്കാനുള്ള നോട്ടീസായിരിക്കും. അങ്ങോട്ട് കിട്ടാനുള്ള കാര്യത്തിനൊന്നും ഒരു കുറവുമില്ലല്ലോ നമ്മടെ നാട്ടില്?''

അങ്ങനെ ആ കവർ അലക്ഷ്യമായി മേശപ്പുറത്തിട്ടു. പിന്നീട് പുറത്തെ മണിയടി കേട്ടു വന്ന സാവിത്രിയാണ് ആ കവർ തുറന്നു നോക്കിയത്.

''അയ്യോ, ചേട്ടാ, ഇതു നോക്കൂ.'' പെട്ടെന്ന് അവളുടെ തൊണ്ടയിടറി.

അതൊരു നിയമന ഉത്തരവായിരുന്നു. ഏറ്റവും ഒടുവിൽ തൃശ്ശൂർ വച്ച് നടന്ന അഭിമുഖം. ഒരു നിമിഷനേരത്തേക്ക് ശിവദാസൻ തരിച്ചിരുന്നു പോയി. അന്നേരം അയാളുടെ മനസ്സിൽ തെളിഞ്ഞു വന്നത് ചുറ്റുമുള്ള കൂട്ടച്ചിരികളുടെ ഇടയിലും നെറ്റിയിലെ വിയർപ്പ് ഒപ്പിക്കൊണ്ടിരുന്ന ജി.എമ്മിന്റെ അലിവുള്ള മുഖമായിരുന്നു. ഒരുപക്ഷേ അപ്പോൾ അദ്ദേഹം ഓർത്തിരുന്നതും തന്റെ മരിച്ചു പോയ അമ്മയെ പറ്റിയായിരിക്കണം. ■

അമ്മയുടെയും കുഞ്ഞിന്റെയും ആശുപത്രി

സ്വന്തം ജീവൻ വെടിഞ്ഞാണ് അമ്മ തനിക്ക് ഉയിർ തന്നതെന്ന് അജയൻ അറിഞ്ഞത് മുതിർന്നതിനു ശേഷം. കോളേജിലെ വോളി ബാൾ ക്യാപ്റ്റൻ ആയതിനു ശേഷം. ഡിഗ്രിയിൽ റാങ്ക് നേടിയതിനു ശേഷം. അച്ഛന്റെ കളിക്കൂട്ടുകാരനായിരുന്ന നാരായണന്നായർ ഡോക്ടർ അയാളെ വിളിച്ചു അരുമയായി പറഞ്ഞു.

‘‘ചന്ദ്രന്റെ മകനേ, എനിക്ക് തന്നോട് വലിയൊരു കാര്യം പറയാനുണ്ട്. ഒരുപക്ഷേ ചന്ദ്രൻ തന്നോട് പറയാൻ മടിച്ചേക്കാവുന്ന രഹസ്യം.’’

‘‘എന്തു ഡോക്ടർ അങ്കിൾ?’’

‘‘അങ്കിൾ പറഞ്ഞെന്നു ചന്ദ്രനോട് പറയരുത്. അവൻ പിണങ്ങും. പിണങ്ങിയാൽ ഭയങ്കര മൂശേട്ടയാണവൻ.’’

‘‘മൂശേട്ടകളെ ഇഷ്ടമല്ല എനിക്ക്.’’

‘‘എന്നാൽ പറയാം, തന്റെ ഉയിർ സുശീലാമ്മയുടെ ദാനം തന്നെ... അന്നവർ അങ്ങനെ പറഞ്ഞില്ലായിരുന്നെങ്കിൽ...’’

പകച്ചിരിക്കുകയാണ് അജയൻ.

‘‘താനീ ഈ ഭൂലോകം കാണില്ലായിരുന്നു.’’ എങ്ങനെയെന്ന് അജയൻ ചോദിച്ചില്ലെങ്കിലും തിടുക്കത്തിൽ കൂട്ടിച്ചേർക്കുകയായി രുന്നു ഡോക്ടർ.

ആ പട്ടണത്തിലെ ഒരേയൊരു ആൺഗൈനക്ക് ആണ് നാരായ ണന്നായർ ഡോക്ടർ. അതും പ്രസവക്കേസുകൾ കൈകാര്യം ചെയ്യുന്നതിൽ ഒന്നാം നമ്പർ. സക്സസ് റേറ്റ് 99.999% ആ 000.1% പോയത് കൂട്ടിരിപ്പുകാരുടെ തോന്നിയവാസം കൊണ്ട്. പ്രധാനമായും പ്രസവകേസുകൾ മാത്രം കൈകാര്യം ചെയ്യുന്ന ‘മദർ ആൻഡ് ചൈൽഡ്’ ആസ്പത്രിയുടെ പേര് പൊക്കിക്കൊണ്ടു വന്നത് ടിയാൻ

തന്നെ. ഒരു പിഞ്ചുകുഞ്ഞിനെ കൈയിലെടുത്തു നിൽക്കുന്ന അമ്മയുടെ പടം ആശുപത്രി മുറ്റത്തും ലോഗോയിലും വന്നതോടെ ആ സ്ഥാപനത്തിന്റെ പെരുമ ഇരട്ടിയായി.

അതോടെ നാരായണന്നായർ ഡോക്ടർ കുശുമ്പികളായ പെൺഗൈനക്കുകളുടെ ആജന്മശത്രുവായി.

''നമ്മടെ തട്ടകത്തിൽ കയറി കളിക്കാൻ ഇയാളാര്?''

''അയാളുടെ മുമ്പിൽ കാൽ കവച്ചു കിടക്കാൻ മടിയില്ലാത്ത പെണ്ണുങ്ങളെ പറഞ്ഞാൽ മതി.''

''അവരുടെ കെട്ടിയോന്മാരെയും.''

''അയാളുടെയൊരു 99.999%''

''അത് വെറുമൊരു തട്ടിക്കൂട്ട് കണക്കല്ലേ ഡോക്ടറേ. അതൊക്കെ ആര് പരിശോധിക്കാനാ?''

''പിന്നൊരു കാര്യം, രോഗികളുടെ ബന്ധുക്കൾ തല്ലിപ്പൊളിക്കാത്ത ഒരേയൊരു ആശുപതി അതു മാത്രം.''

''അത് പുറത്തു അവർ നല്ല തടിയൻ ഗുണ്ടകളെ നിറുത്തിയത് കൊണ്ട്...''

അങ്ങനെ ഒരുപാട് പൗാശന്യങ്ങൾ തമ്മിൽ പറയാനുണ്ടായിരുന്നു അവർക്ക്...

ഒരാളുടെ ജന്മരഹസ്യങ്ങൾ രഹസ്യങ്ങളായി തന്നെ നിൽക്കുന്നതിൽ തെറ്റില്ലെന്ന് അജയന് തോന്നി. പക്ഷേ ഒരുകാലത്ത് അച്ഛന്റെ അടുത്ത കളിക്കുട്ടുകാരനായിരുന്ന നാരായണന്നായർ ഡോക്ടറെ പിണക്കാൻ മടിയുള്ളതു കൊണ്ട് അന്ന് മുശേട്ടയെന്ന് വിളിച്ചപ്പോൾ എതിർത്തു പറഞ്ഞില്ലെന്ന് മാത്രം. വാസ്തവത്തിൽ അച്ഛൻ തന്റെ നല്ല ചങ്ങാതിയാണ്. ഒപ്പം വോളി കളിച്ചിട്ടുണ്ട്. ഇപ്പോഴും ബാഡ്മിന്റൺ കളിക്കുന്നു. പഠിത്തത്തോടൊപ്പം കളിയിലും ശ്രദ്ധിക്കണമെന്ന് പറയാറുണ്ട്. തനിക്ക് ഡിഗ്രിക്ക് റാങ്കു കിട്ടിയപ്പോൾ ബാറിൽ ഒരുമിച്ചിരുന്ന് ബിയർ കുടിച്ചയാളാണ്. ചുരുക്കത്തിൽ തന്റെ അച്ഛനാവാൻ വേണ്ടി മാത്രം പിറന്നയാൾ. നേരിൽ കണ്ടിട്ടില്ലാത്ത സുശീലാമ്മ ചുവരിൽ തൂങ്ങുന്ന പടം മാത്രം.

അച്ഛനും ഏക മകനും തമ്മിൽ രഹസ്യങ്ങൾ പാടില്ലെന്ന് ഉറച്ചു വിശ്വസിക്കുന്ന അജയൻ നാരായണന്നായർ ഡോക്ടർ പറഞ്ഞതൊക്കെ അച്ഛനോട് പറയാതിരിക്കാൻ അയാൾക്ക് കഴിഞ്ഞില്ല.

അതുകേട്ടപ്പോൾ അച്ഛൻ പൊട്ടിച്ചിരിക്കുകയാണ് ചെയ്തത്.

''ആ നീചൻ നാരായണൻ അതും പറഞ്ഞോ? അതൊക്കെ ഞാൻ തന്നെ നിന്നോട് പറയാൻ പല തവണ ഒരുമ്പെട്ടതാണ്.

ഒടുവിൽ പിന്മാറുകയായിരുന്നു. എന്തൊക്കെയായാലും നീ സ്വന്ത മായൊരു കരിയർ ഉണ്ടാക്കാൻ നോക്കുന്ന സമയമല്ലേ, അനാവശ്യ മായ കാര്യങ്ങളൊക്കെ പറഞ്ഞു നിന്റെ മനസ്സ് വെടക്കാക്കരുതെന്ന് കരുതി.''

തെല്ലു കഴിഞ്ഞ്, എന്തൊക്കെയോ ഓർത്തെടുക്കാൻ ശ്രമിച്ചു കൊണ്ട് അച്ഛൻ തുടർന്നു:

''സുശീലേടെ പ്രസവത്തിന് അവസാനം കുറെ കോംപ്ലിക്കേ ഷൻസ് ഉണ്ടായത്രെ. അത്യാവശ്യമായാൽ സിസേറിയൻ തന്നെ വേണ്ടി വരുമെന്ന് നാരായണൻ നേരത്തെ പറഞ്ഞിരുന്നു. കാശു ണ്ടാക്കാൻ ആശുപത്രിക്കാർ സാധാരണ ചെയ്യുന്ന ഏർപ്പാടായിരു ന്നതുകൊണ്ട് ആയിക്കോട്ടെയെന്ന് പറഞ്ഞ് അവർ പറഞ്ഞ കടലാ സുകളൊക്കെ ഒപ്പിട്ടു കൊടുക്കുകയും ചെയ്തു.''

''വല്ലാത്ത പരിഭ്രമത്തോടെ തിയേറ്ററിനു മുമ്പിലെ കസേരയിൽ കാവലിരിക്കുകയായിരുന്നു ഞാൻ. ഏറെ വൈകി ഒരുപാട് ചികി ത്സകൾക്കു ശേഷം നടക്കുന്ന പ്രസവമാണ്. പ്രായക്കൂടുതൽ മാത്ര മല്ല, സുശീലയ്ക്ക് കുറെയേറെ ആരോഗ്യപ്രശ്നങ്ങളുമുണ്ടായി രുന്നു. അതുകൊണ്ട് നെഞ്ചിടിപ്പോടെ നിമിഷങ്ങൾ എണ്ണിയുള്ള കാത്തിരിപ്പ്. കുറെ കഴിഞ്ഞു, വാതിൽ തള്ളിത്തുറന്നു പരിഭ്രമ ത്തോടെ ചോദിക്കുകയാണ് അയാൾ, അമ്മയെ വേണോ കുഞ്ഞി നെയോ എന്ന്. ഒരു നിമിഷത്തേക്ക് ഞാൻ മരവിച്ചു പോയി. എന്താണ് കേൾക്കുന്നതെന്നോ എന്തു പറയണമെന്നോ പിടിയില്ലാതെ അനക്ക മറ്റ് ഇരിക്കുകയായിരുന്നു ഞാൻ.

''എനിക്കെന്റെ സുശീലെ വേണം, കുഞ്ഞിനേം. അവരെ എങ്ങനെയും രക്ഷപ്പെടുത്തൂ ഡോക്ടർ, പ്ലീസ്...'' പൊട്ടിക്കരഞ്ഞു, തൊഴുകൈകളോടെ അങ്ങനെ പറഞ്ഞത് മാത്രം ഓർമ്മയുണ്ട്. ''സത്യത്തിൽ നാരായണനും അമ്പരന്നു പോയെന്നു തോന്നുന്നു. അയാളുടെ മുമ്പിൽ ഞാൻ കരയുന്നത് ആദ്യമായിട്ടാണ്, ഡോക്ടർ എന്ന് വിളിക്കുന്നതും. അയാൾ എന്നുമെനിക്ക് പഴയ നാരായണൻ മാത്രമായിരുന്നു. പത്താം ക്ലാസ്സിൽ തോറ്റപ്പോൾ കരഞ്ഞുകൊണ്ട് എന്റെ വീട്ടിലേക്ക് ഓടി വന്ന വള്ളിനിക്കറിട്ട നാരായണൻ. അന്ന് ചുടുകാപ്പിയും പഴംപൊരിയും കൊടുത്തു സമാധാനിപ്പിച്ചത് എന്റെ അമ്മയായിരുന്നു.''

''പത്തിൽ തോറ്റെന്നോ?'' മിഴിച്ചു നോക്കുകയാണ് അജയൻ.

''പത്തിൽ മാത്രമല്ല, ഇന്ററിനും...''

''എന്റെമ്മേ. പിന്നെ എങ്ങനെ മെഡിസിന് അഡ്മിഷൻ കിട്ടി?''

''അവന്റെ അച്ഛൻ ആ പെനാംഗുകാരന്റെ പണക്കൊഴുപ്പിൽ മാനേജ്മെന്റ് സീറ്റിൽ അഡ്മിഷൻ കിട്ടി. അതൊരു വലിയ കഥയാണ്. പെനാംഗിലെ ഒരു തോട്ടത്തിൽ പണിക്ക് പോയ അയാൾ അവിടത്തുകാരി ഒരു പെണ്ണുമായി അടുപ്പത്തിലായി. ഒരു മലയക്കാരന് തമിഴത്തിയിൽ ഉണ്ടായ പെണ്ണ്. അതുകൊണ്ട് അവൾക്ക് കുറച്ചു തമിഴും അറിയാം. ഒടുവിൽ കെട്ടു മുറുകി അവളുടെ വയറു വീർത്തപ്പോൾ അതിൽ നിന്ന് ഒഴിയാൻ വയ്യാതായി. അതോടെ അയാൾ ഒരിക്കലും നാട്ടിലേക്കു മടങ്ങിവരില്ലെന്ന് ഉറപ്പായതോടെ ഒഴിമുറിക്ക് തയ്യാറായി നാരായണന്റെ അമ്മ. പക്ഷേ ഒറ്റ കണ്ടീഷൻ മാത്രം. മകന് ഏതെങ്കിലുമൊരു മെഡിക്കൽ കോളേജിൽ അഡ്മിഷൻ വാങ്ങി കൊടുക്കണം. അങ്ങനെ പറഞ്ഞ പൈസ കൊടുത്തു തമിഴ്നാട്ടിലോ കർണാടകത്തിലോ മറ്റോ ഒരു സീറ്റ് ഒപ്പിച്ചു കൊടുത്തുവത്രേ.''

''പക്ഷേ പത്തിലും ഇന്ററിലും തോറ്റയാൾ എങ്ങനെ മെഡിക്കൽ കോളേജിൽ...'' അത് തീരെ മനസ്സിലായില്ല അജയന്.

''അത് അവന്റെ മണ്ടയിലെ വര. മെഡിക്കൽ കോളേജിലെ കാറ്റ് അവന പിടിച്ചു കാണണം. ഡിഗ്രി മികച്ച നിലയിൽ പാസ്സായെന്ന് മാത്രമല്ല, അവിടെത്തന്നെ എം.എസ്സും എടുത്തു. നല്ല കൈപുണ്യമുള്ള സർജൻ എന്ന പേരുമെടുത്തു.''

''വിശ്വസിക്കാൻ പറ്റണില്ല.''

''അങ്ങനെ തന്നെയായിരുന്നു നാട്ടുകാർക്കും. ചിലരുടെ കൈവരകൾ തെളിയുന്നത് എപ്പോഴാണെന്നറിയില്ല. ഇവിടത്തെ ഒന്നാം നമ്പർ സർജൻ ആയതോടെ ഒരു വലിയ കുടുംബത്തിൽ നിന്ന് കല്ല്യാണം കഴിക്കാനും പറ്റി.''

''ഒരു ഫെയറി ടെയിൽ തന്നെ.''

''അങ്ങനെയും പറയാം.''

''അന്നത്തെ ആശുപത്രിയിലെ ക്ലൈമാക്സ് അച്ഛൻ പറഞ്ഞില്ല.''

''അത് വല്ലാത്തൊരു ക്ലൈമാക്സ് ആയിരുന്നു മോനേ.'' അച്ഛന്റെ തൊണ്ടയിടറി. കണ്ണുകൾ നിറഞ്ഞു. ''ഞാനങ്ങനെയൊക്കെ പറഞ്ഞെങ്കിലും ബോധം കെടുത്തുന്നതിന് മുമ്പ് സുശീല തന്നെ നാരായണനോട് പറഞ്ഞിരുന്നത്രെ, അവൾക്കെന്തു പറ്റിയാലും കുഴപ്പമില്ല, വയറ്റിലെ മോന് കുഴപ്പമൊന്നും വരുത്തല്ലേ എന്ന്. വയറിൽ കിടന്നുള്ള നിന്റെ ചവിട്ടും തൊഴിയും കാരണം ജനിക്കാൻ പോകുന്നത് ആൺകുഞ്ഞായിരിക്കുമെന്ന് ഉറപ്പായിരുന്നു അവൾക്ക്.''

ഇത്രയും പഴയ കഥ. കാലം കടന്നു പോയിക്കൊണ്ടിരുന്നു. വേനലും വർഷവും മാറി മാറി വന്നു പോകുന്നതിനിടയിൽ അജയന്റെ അച്ഛൻ സുശിലാമ്മയോടൊപ്പം ചേരാനായി ഒരു തീവണ്ടി അപകടത്തിൽ മരിക്കുകയും ചെയ്തു.

അതു കഴിഞ്ഞ് അജയൻ പഠിച്ചു പഠിച്ച് എം.എസ്പിയും എം.ബി.എയും എടുത്തെന്ന് മാത്രമല്ല, ഒരു വലിയ കമ്പനിയിൽ എക്സിക്യൂട്ടീവ് ആയി ചേരുകയും ചെയ്തു. അവിടെ ഒരു കഫെറ്റീരിയയിൽ വച്ചാണ് വേറൊരു കമ്പനിയിൽ പണിയെടുക്കുന്ന തിരുവല്ലാക്കാരി ഊർമ്മിളയെ പരിചയപ്പെടുന്നത്. കാണെക്കാണെ ഉറയ്ക്കുന്ന ബന്ധം. പിന്നീട് പബ്ബിൽ, പാർക്കുകളിൽ അങ്ങനെ അങ്ങനെ അവരറിയാതെ തന്നെ കെട്ട് മുറുകുകയായിരുന്നു. അഴിച്ചു കളയാനാവാത്ത കെട്ട്...

എന്തിനും ഏതിനും എതിരു പറയുന്ന അവളുടെ വല്ലാത്ത പ്രകൃതം ആദ്യമൊക്കെ അജയനെ തെല്ലൊന്ന് ചൊടിപ്പിച്ചെങ്കിലും പിന്നീട് അയാൾ അതൊക്കെ അറിഞ്ഞു ആസ്വദിക്കാൻ തുടങ്ങി. തങ്ങളെ ചേർത്തു നിറുത്തുന്നത് ഈ വിപരീതങ്ങളുടെ ഒത്തു ചേരലാണെന്ന് അയാൾ തിരിച്ചറിഞ്ഞു.

''ഈ വഴക്കാളിയെ ഒക്കെ എങ്ങനെ സഹിക്കാനാകുന്നു ഇഷ്ടാ.'' അവരുടെ ചാറ്റിക്കറങ്ങൽ ശ്രദ്ധിച്ച അവളുടെ സഹപ്രവർത്തകൻ ചോദിച്ചു. ''കൊത്തുകോഴീന്നാ ഞങ്ങടെ ഓഫീസിലെ വിളിപ്പേര്.''

''ആ കോഴിപ്പോരിലുമുണ്ട് മാഷെ ഒരു രസം. അവളൊരു തെക്കൻ വീരഗാഥ, ഞാനൊരു തനി വടക്കനും.''

അങ്ങനെ കാര്യങ്ങൾ പുരോഗമിച്ചുകൊണ്ടിരിക്കെ ഇനി നിർണ്ണായക നീക്കത്തിനുള്ള സമയമായെന്ന് രണ്ടു പേരും തിരിച്ചറിഞ്ഞു.

''നിന്നെ ഞാൻ കെട്ടിക്കോട്ടെ പെണ്ണേ?''

''ഊർമ്മിളയ്ക്ക് വിരോധമില്ല. പക്ഷേ പപ്പ സമ്മതിക്കത്തില്ല.''

''പപ്പ?'' തങ്ങൾക്കിടയിൽ പുതിയൊരു അവതാരം കടന്നു വരുന്നത് അപ്പോഴാണ് അയാൾ ശ്രദ്ധിക്കുന്നത്.

''കുവൈറ്റിലെ ചാണ്ടിച്ചായൻ!'' അവൾ തെല്ലൊരു അഭിമാനത്തോടെയാണ് പ്രഖ്യാപിച്ചത്.

''എന്താ കുഴപ്പം?''

''പപ്പയ്ക്ക് നീ മതിയാവത്തില്ല. പിന്നെ ഊർമ്മിള വാശി പിടിക്കാമെന്ന് വയ്ക്കാം, പക്ഷേ നീ മാർക്കം കൂടണമെന്നു പറയും.''

''അതങ്ങു പള്ളീൽ പറഞ്ഞാ മതി...'' തെല്ലു നേരത്തേക്ക് അജയനും ഭാഷയിൽ തിരുവല്ലാക്കാരനായി.

''അങ്ങനെ തന്നാ പപ്പയും പറയാൻ പോണത്. കെട്ട് പള്ളീൽ മാത്രമേ നടക്കത്തുള്ളൂ എന്ന്.''

''നടക്കത്തില്ലാന്നു നിന്റെ പപ്പയോട് പറഞ്ഞേര്. നിനക്ക് വേണ്ടെങ്കിൽ എനിക്കും വേണ്ട.''

അയാളുടെ ഭാഗത്തു നിന്ന് അങ്ങനെയൊരു നീക്കം അവളും പ്രതീക്ഷിച്ചതല്ല. അതുകൊണ്ട് കാര്യങ്ങൾ ഒന്നു തണുക്കാൻ വിടുന്നതാണ് ഭേദമെന്ന് അവളുടെ പെൺകരുതൽ ഉപദേശിച്ചു.

പക്ഷേ അല്പം കഴിഞ്ഞ് ആദ്യം തണുത്തത് അയാളായിരുന്നു.

''നോക്ക് ഊർമ്മിളാ, നമുക്കിടയിൽ മതിലുകളെന്തിന്? നീ ഇങ്ങോട്ടും ചാടണ്ട, ഞാൻ അങ്ങോട്ടും. തീർന്നില്ലേ പ്രശ്നം.''

പെട്ടെന്നൊന്ന് മൂളിയെങ്കിലും കാര്യങ്ങൾ അത്ര എളുപ്പമല്ലെന്ന് തിട്ടമുണ്ടായിരുന്നു ഊർമ്മിളയ്ക്ക്. അത്ര പെട്ടെന്നൊന്നും വിടത്തില്ല പപ്പ.

എന്തായാലും ആ ഇടവേളയിൽ എല്ലാറ്റിനുമൊരു പോംവഴി ഊർമ്മിളയും തിരിച്ചറിഞ്ഞു. ചുള്ളൻ പയ്യനാണ്. ഇപ്പോൾ തന്നെ ഓഫീസിലെ തന്നെ വല്ല പെങ്കൊച്ചുങ്ങളും നോട്ടമിട്ടു കാണും. തന്നേക്കാൾ ചന്തമുള്ള കുട്ടികൾ. ജാതിമതങ്ങളും പ്രദേശങ്ങളും പ്രശ്നമല്ലെന്നു അയാൾ ആദ്യമേ പറഞ്ഞിട്ടുണ്ട്.

അങ്ങനെ അവൾ ആദ്യത്തെ നീക്കം നടത്തി.

''ഗെറ്റ് ലോസ്റ്റ്'' കുവൈറ്റ് അലറി. ''നിന്നെ കെട്ടാൻ നല്ല എം.ആർ.സി.പിക്കാരനെ തന്നെ കൊണ്ടു വരും പപ്പ. അതിനുള്ള ചുറ്റുപാടൊക്കെ ഇന്നീ ചാണ്ടിക്കുണ്ട്. ചക്രം എത്ര വേണേലും എറക്കാൻ റെഡിയാ.''

''ഇത് ഫ്രീ ആണ് പപ്പാ.''

''ആർക്ക് വേണം നിന്റെ ഫ്രീ പയ്യനെ. അതും മറ്റൊരു കൂട്ടര്. അന്ന് ഇങ്ങനെയൊരു പേരിടണമെന്ന് നിന്റെ മമ്മി വാശി പിടിച്ചപ്പോൾ തന്നെ ഞാൻ വിചാരിച്ചതാ ഒടുവിൽ ഇങ്ങനെ വല്ല ഏടാകൂടവും വന്നു തലയിൽ വീഴത്തേയുള്ളൂ എന്ന്.''

അങ്ങനെ കുവൈറ്റിൽ പച്ച വെളിച്ചം ഒരിക്കലും തെളിയില്ലെന്നു ഉറപ്പായതോടെ ഊർമ്മിള അടുത്ത നീക്കത്തിന് തയ്യാറായി. ഒരിക്കൽ മുന്നോട്ടു വച്ച കാൽ പുറകോട്ടു വച്ച ചരിത്രമില്ല അവൾക്ക്. ഇതേവരെ അവളുടെ വാശി ജയിച്ചിട്ടുണ്ട്. അതുകൊണ്ട് അന്നു

തന്നെ അജയനെ വിളിച്ചു കാര്യം പറഞ്ഞു. ‘‘നിന്നെ കെട്ടാൻ ഊർമ്മിള റെഡി. നിനക്ക് ആരെയെങ്കിലും അറിയിക്കാനുണ്ടെങ്കിൽ അറിയിച്ചോ.’’

‘‘അപ്പോൾ കുവൈറ്റിലെ പപ്പ?’’

‘‘അനക്കമില്ല. അങ്ങാടിയിൽ നിന്ന് നല്ലൊരു എം.ആർ.സി. പിക്കാരനെ വാങ്ങി തരാമെന്നാ ഓഫർ.’’

‘‘നല്ല ഓഫറല്ലേ?’’

‘‘നിന്നെ വേറെ വല്ലവരും കൊത്തിക്കൊണ്ടു പോകുന്നത് ഊർമ്മിളയ്ക്ക് സഹിക്കത്തില്ല.’’

‘‘ഓ, അങ്ങനെ...’’

പിന്നെ പെൻസിൽവേനിയയിൽ ഉള്ള അമ്മച്ചിക്കും ആങ്ങളുക്കും ഇ-മെയിലുകൾ അയച്ചു. ‘അറിവിനായി മാത്രം’ എന്ന് മുകളിൽ വ്യക്തമായി അടയാളപ്പെടുത്തിയിരുന്നു. വർഷങ്ങൾക്ക് മുമ്പേ അങ്ങോട്ട് കുടിയേറി, അവിടത്തെ പൗരത്വമെടുത്ത രണ്ടു പേർക്കും ഇക്കാര്യത്തിൽ എതിരുണ്ടാവില്ലെന്ന് ഉറപ്പുണ്ടായിരുന്നു. മാത്രമല്ല, എല്ലാറ്റിനും വിലയിടുന്ന ചാണ്ടിച്ചായനുമായി ഒരിക്കലും ഒത്തു പോകാൻ കഴിഞ്ഞിട്ടില്ലാത്ത അമ്മച്ചിക്ക് പഴയ ചൊരുക്ക് തീർക്കാൻ ഇതൊരു അവസരം കൂടിയാകുന്നു. ‘‘നിന്റെ സെലക്ഷൻ നന്നാവത്തേയുള്ളൂ എന്നറിയാം. കെട്ട് കഴിഞ്ഞാൽ രണ്ടു പേരും കൂടിയുള്ള ഒരു പടം അയച്ചു തരണം.’’ ആശംസകൾ അറിയിച്ചു കൊണ്ടുള്ള മറുപടിയിൽ ആങ്ങള സൂചിപ്പിച്ചിരിക്കുന്നു.

അജയനാണെങ്കിൽ അച്ഛനും അമ്മയും പണ്ടേ പോയതു കൊണ്ട് അറിയിക്കാനായി പ്രത്യേകിച്ചു ആരുമുണ്ടായിരുന്നില്ല.

അങ്ങനെ അവർ അടുത്തു തന്നെ നല്ലൊരു ഫ്ളാറ്റ് വാടകയ്ക്കെടുത്തു പൊറുതി തുടങ്ങി. ആദ്യകാലത്തെ കോഴിപ്പോര് ഹണിമൂൺ യാത്രകളെപ്പറ്റിയായിരുന്നു. സിംല, കാശ്മീർ, കുലു മണാലി, ഡാർജിലിംഗ് എന്നിവയിൽ തുടങ്ങി, ഒടുവിൽ ഊട്ടി വരെ എത്തി... സംവാദങ്ങളുടെ ഒരു സാമ്പിൾ ഏതാണ്ട് ഇങ്ങനെ:

‘‘ഉർമ്മിളാ, നമുക്കൊരു യാത്ര പോവാം.’’

‘‘പോവണമല്ലോ. ഇപ്പോഴല്ലെങ്കിൽ എന്ന്?’’

‘‘ഞാൻ എപ്പോഴേ റെഡി.’’

‘‘ഒരുപാട് കാലമായി ഊർമ്മിള ഒരു യാത്ര പോയീട്ട്.’’

‘‘നിനക്ക് വേണ്ടാഞ്ഞിട്ട്. ഉയരങ്ങൾ പേടിയായിട്ട്.’’

‘‘ഉയരങ്ങൾ മാത്രമല്ല, ആഴങ്ങളും...’’

''ഇങ്ങനെയൊരു പേടിക്കുന്തം! ഉയരങ്ങളും ആഴങ്ങളും ഒഴിവാക്കി എന്തു യാത്ര?''

''തീവണ്ടിയിൽ പോവാം. ഭൂമീടെ അറ്റം വരെ. കുന്നുകളും മലകളും പുഴകളും കണ്ട്. പിന്നോട്ടോടുന്ന മരങ്ങളും കെട്ടഴിഞ്ഞു വീഴുന്ന രാവിന്റെ തിരശ്ശീലകളും കണ്ട്... അങ്ങനെ... അങ്ങനെ.''

ഊർമ്മിളയിലെ കവി ഉണർന്നു.

''ബോറ്.''

''ഒരാളുടെ ബോറ് മറ്റൊരാളുടെ കാഴ്ചകളാകുന്നു.''

''എന്റമ്മേ, ഇവളുടെ കൂടെ പൊറുത്താൽ എനിക്ക് പെട്ടെന്ന് വയസ്സാവും.''

''ചെറുപ്പമാക്കാനുള്ള ഒറ്റമൂലിയുണ്ട് ഊർമ്മിളയുടെ കയ്യിൽ.''

''പോടി. നിന്റെയൊരു ഒറ്റമൂലി.''

''അജയൻ എപ്പോഴും എന്നെ നീ എന്ന് വിളിക്കുന്നു.''

''നീയിൽ അടുപ്പമുണ്ട്. നിങ്ങളിൽ അകലവും.''

''എന്നാൽ പേര് മതി. ഊർമ്മിള അല്ലെങ്കിൽ ഊർമ്മി. അതിൽ അടുപ്പമുണ്ട്, വേണ്ടത്ര അകലവും...''

''നിനക്ക് എന്നെയും നീയെന്ന് വിളിക്കാം.''

''ആയിക്കോട്ടെ.''

''എനിക്കിത് മനസ്സിലാവണില്ല. എന്തിനാ ഉയരങ്ങളെ പേടിക്കണേ?''

''ഉയരങ്ങൾ മാത്രമല്ല, ആഴങ്ങളും...''

''അപ്പോൾ നിനക്ക് പേടിയില്ലാത്തത് രാത്രികളെ മാത്രം. യക്ഷികളും പ്രേതങ്ങളും അലഞ്ഞു നടക്കണ രാത്രി.''

''അജയൻ യക്ഷികളെ കണ്ടിട്ടുണ്ടോ?''

''കണ്ടവരുണ്ട്.''

''എന്നാൽ ഊർമ്മിളയും കണ്ടിട്ടുണ്ട്, പേടിസ്വപ്നങ്ങളിൽ.''

''എന്തിനാ സ്വന്തം പേരിട്ട് ഇങ്ങനെ തട്ടിക്കളിക്കണേ?''

''അത്രയ്ക്ക് ഇഷ്ടമായതുകൊണ്ട്.''

''കൊടുംചൂടിൽ ഇത്തിരി കുളിരിനു വേണ്ടിയല്ലേ സഞ്ചാരികൾ കുന്ന് കയറുന്നത്?''

''ഊർമ്മിള സഞ്ചാരിയല്ല.''

''കാലുകൾ തന്നത് സഞ്ചരിക്കാൻ.''

മലകൾ അളക്കുമ്പോൾ ഊർമ്മിളയുടെ കണ്ണുകൾ കഴയ്ക്കുന്നു. മലകൾ ആകാശത്തിൽ അലിയുമ്പോൾ ആഴങ്ങൾ സമതലങ്ങളിൽ.''

''പ്രാന്ത്!''

''മറ്റുള്ളവരിൽ പ്രാന്ത് കാണുന്നവർ മുഴുപ്രാന്തന്മാരല്ല്യോ.''

''തർക്കം വേണ്ടാ, ഈ വേനലിൽ എങ്ങോട്ടെങ്കിലും പോകാതെ വയ്യ. നീ വന്നില്ലെങ്കിൽ ഞാൻ തനിച്ചു പോകും.''

''അജയൻ പെട്ടെന്ന് പിണങ്ങുന്നു.''

''പിണക്കമല്ല. കഴിഞ്ഞ സമ്മറിൽ എന്റെ തല വല്ലാതെ പെരുത്തു.''

''നിർബന്ധമാണെങ്കിൽ ഏതെങ്കിലും ഹിൽ സ്റ്റേഷനിൽ.''

''വിമാനം വഴി പോകാവുന്ന അടുത്തുള്ള സ്ഥലം മതി. മലകളും താഴ്വാരങ്ങളും കാണണ്ടേല്ലോ.''

''വിമാനം വേണ്ട. ആകാശത്തെ പേടിയാണ് ഊർമ്മിളയ്ക്ക്. താഴോട്ട് നോക്കാനും മേലാ.''

''കണ്ണുകൾ പൊത്താം.''

''വയ്യ. അത്രയും നേരം കണ്ണ് പൊത്തിക്കളിക്കാൻ.''

''എങ്കിൽ തീവണ്ടി വഴി ഊട്ടിയിൽ പോകാം.''

''അവിടെയെത്തിയിട്ട് മുകളിലേക്കോ?''

''അതിനൊരു പ്രത്യേക വണ്ടിയുണ്ട്.''

''കയറ്റം കയറുമ്പോൾ ഊർമ്മിള ആഴങ്ങളിൽ നോക്കത്തില്ല, ഉയരങ്ങളിലും.''

''ആർക്ക് ചേതം? മലകൾ തല കുലുക്കില്ല. താഴ്വാരങ്ങൾ കണ്ണീർ പൊഴിക്കില്ല.''

''ഊർമ്മിള കണ്ണടച്ച് ഇരുന്നോളാം.''

''എനിക്കും ഇഷ്ടമല്ല, മെലിഞ്ഞ തീവണ്ടി കുന്ന് കയറുന്ന വൃത്തികെട്ട ഒച്ച.''

അതങ്ങനെ നീണ്ടു പോയി. ഒടുവിൽ അവർ പോയത് സിംലയിൽ. കുറെ വിമാനത്തിൽ, പിന്നെ ടാക്സിയിൽ...

അവിടെ കൈ കോർത്തു പിടിച്ചു അവരങ്ങനെ കുറെ ദൂരം നടന്നു. അജയൻ കൈവരിയിൽ പിടിച്ചു താഴ്വാരത്തിലേക്ക് കൺനിറയെ നോക്കി നിന്നപ്പോൾ ഊർമ്മിളക്ക് കാണാൻ മുന്നിലെ നിരത്തിലൂടെ ഒഴുകിപ്പോകുന്ന നിറക്കൊഴുപ്പുണ്ടായിരുന്നു. ശരത്കാലത്തിന്റെ തുടക്കമായി പല തരം കമ്പിളിക്കുപ്പായങ്ങളുടെ നിറച്ചാർത്ത്.

അങ്ങനെ അവർ പ്രകൃതിയുടെ നിറംമാറ്റങ്ങൾ കണ്ടു. ആഴങ്ങളും ഉയരങ്ങളും ആശങ്കകളില്ലാതെ നോക്കി നിന്നു. ഊർമ്മിള ഉയരങ്ങളെയും ആഴങ്ങളെയും കുറച്ചൊക്കെ അറിയാൻ തുടങ്ങി. അപ്പോഴും ലേശം ആശങ്കകൾ ബാക്കി. രണ്ടു രാവും രണ്ടു പകലും സിംലയിലെ തണുപ്പിന്റെ ഏറയിറക്കത്തിൽ കഴിയുമ്പോൾ തങ്ങൾക്കിടയിൽ ഭൂമിയിലെ സ്വർഗ്ഗം തീർക്കുകയായിരുന്നു അവർ.

മടക്കയാത്രയിൽ അജയൻ ഊർമ്മിളയോട ചോദിക്കുകയായി: ‘‘ഇപ്പോൾ ഉയരങ്ങൾ നിന്നെ പേടിപ്പിക്കുന്നുണ്ടോ?’’

‘‘കുറഞ്ഞു...’’ വലിയ ഉറപ്പില്ലാത്ത ശബ്ദം.

‘‘ആഴങ്ങളോ?’’

‘‘കുറവാ...’’

‘‘എന്നാൽ ഇനിയത്തെ യാത്ര രാജാക്കന്മാരുടെ താഴ്വരയിലെ ആഴങ്ങളിലേക്ക്... ജന്മാന്തരങ്ങളിലൂടെ സഞ്ചരിക്കാൻ കൊതിച്ച രാജാക്കന്മാരുടെ അവശിഷ്ടങ്ങളുള്ള ഗുഹാന്തരങ്ങളിലേക്ക്.’’

‘‘എന്റെ കർത്താവേ! പോയ പേടി തിരിച്ചു വന്നാലോ?’’

‘‘യക്ഷികൾ പോലും പേടിക്കുന്ന ഊർമ്മിളയ്ക്കോ?’’

‘‘അതെവിടാ?’’

‘‘അങ്ങ് ഈജിപ്റ്റിൽ. പക്ഷേ കുറെ കഴിഞ്ഞു... ലേശം തുട്ട് കൈയിലായിട്ട്. നിന്റെ പേടി കുറച്ചു കൂടി കുറഞ്ഞിട്ട്...’’

‘‘ആയിക്കോട്ടെ.’’ ലേശം ഉത്സാഹമുണ്ട് അവളുടെ ശബ്ദത്തിൽ.

ഈജിപ്റ്റിലെ രാജാക്കന്മാരുടെ താഴ്വര ഒരു മഹാത്ഭുതമായിരുന്നു ഊർമ്മിളയ്ക്ക്. ഒട്ടേറെ ഗുഹാദ്വാരങ്ങൾ, ഒട്ടേറെ സന്ദർശകർ... അക്കാലത്ത് ഇരുന്നൂറോളം സ്ഥലങ്ങളിൽ പുരാവസ്തു ഗവേഷകർ കുഴിച്ചു കൊണ്ടിരുന്നതായി അജയൻ പറഞ്ഞു. മിക്കയിടങ്ങളും എന്തെങ്കിലും വിലപ്പെട്ട അവശിഷ്ടങ്ങൾ കിട്ടിയിരുന്നത്രെ. അങ്ങനെ അവർ ഒരു പ്രധാനപ്പെട്ട ഗുഹയ്ക്ക് മുമ്പിലെത്തി.

‘‘താഴോട്ട് ഇറങ്ങാമോ? ഉയരം കുറവായതു കൊണ്ട് കുനിഞ്ഞു നടക്കേണ്ടി വരും...’’

‘‘നോക്കാം. നീ കൂടെയുണ്ടെങ്കിൽ കുനിയാനും ഇറങ്ങാനും പേടിയില്ല.’’

അങ്ങനെ അജയൻ മുമ്പിലും ഊർമ്മിള താഴെയുമായി അവർ പതിയെ ഇറങ്ങാൻ അരണ്ട വെളിച്ചമേയുള്ളൂ. മരണത്തിന്റെ മണം നിറഞ്ഞു നിൽക്കുന്ന ഗുഹയിൽ ചത്തവരുടെ നിശ്ശബ്ദത.

ഏറെ പാടുപെട്ട് അടിയിലെത്തി ഒന്നു നിവർന്നു നിന്നപ്പോൾ കണ്ട കാഴ്ചകൾ... ഒരു കാലത്തും മറക്കാനാവാത്ത മരവിപ്പിക്കുന്ന ദൃശ്യങ്ങൾ...

ചന്ദനത്തിൽ തീർത്ത ഒരു പേടകം. അതിന് മുകളിൽ സുഗന്ധ ദ്രവ്യങ്ങളും പുതിയ വസ്ത്രങ്ങളും. ചുറ്റുമായി പാത്രങ്ങളും ആഹാരസാധനങ്ങളും മറ്റും. ഊർമ്മിള അമ്പരന്നു നിൽക്കെ മുക ളിൽ ചെന്നിട്ടു എല്ലാം വിശദമായി പറയാമെന്നു അജയൻ ആംഗ്യം കാട്ടി.

''ഇനിയൊരു കയറ്റം, നടുവ് വേദനിച്ചു തുടങ്ങി.'' ഊർമ്മിള പരാതിപ്പെട്ടു.

''കയറിയില്ലെങ്കിൽ ഈ ഗുഹയിൽ തനിച്ച്... കൂട്ടിന് അയ്യായിരം വർഷം മുമ്പ് മരിച്ച ഫറാവോവും കാണും.''

''കർത്താവേ...''

അജയൻ ചിരിക്കാൻ തുടങ്ങിയപ്പോൾ പുറകിൽ നിന്നാരോ ഓർമ്മപ്പെടുത്തി.

''ക്വയറ്റ്... ഫറാവോ ഉറങ്ങുകയാണ്.''

മുകളിലെത്തിയപ്പോഴാണ് അവർക്ക് ശരിക്കും ശ്വാസം വീണത്. പിന്നീട് അജയൻ ആ സ്മാരകത്തിന്റെ ചരിത്രം ചുരുക്കി പറഞ്ഞു കൊടുത്തു. മരണം ജീവിതത്തിന്റെ അവസാനമല്ലെന്നും നശി ക്കാത്ത ആത്മാവ് ഒരിക്കൽ തിരിച്ചു വന്നു പഴയ ശരീരത്തിൽ കയറുമെന്നായിരുന്നു അവിടത്തുകാരുടെ വിശ്വാസം. അതുകൊണ്ട് മരിച്ച ഫെറാവോയുടെ ശരീരം പ്രത്യേകമായ തൈലങ്ങൾ തേച്ചു അതിനായി ഒരുക്കിയ തുണിയിൽ പൊതിഞ്ഞു ഒരു പേടകത്തിൽ സൂക്ഷിക്കുന്നു... ഇന്നു കണ്ടത് ഒഴിഞ്ഞ പേടകവും സഞ്ചാരികൾ ക്കായി വച്ചിരിക്കുന്ന വസ്തുക്കളുമാണ്. പക്ഷേ ഇത്തരം പത്തി ലേറെ മമ്മികൾ കെയ്റോ മ്യൂസിയത്തിലുണ്ട്...

കുറെ നാളായുള്ള അന്തമില്ലാത്ത സഞ്ചാരങ്ങളുടെ ഇടയിൽ തന്റെ വയറ് വീർത്തു വരുന്നത് ഊർമ്മിള അത്രയ്ക്ക് ശ്രദ്ധിച്ചിരു ന്നില്ല. പക്ഷേ രാജാക്കന്മാരുടെ താഴ്വരയിൽ വച്ചുള്ള ആദ്യത്തെ ഓക്കാനം കൃത്യമായ സൂചനകൾ കൊടുത്തപ്പോൾ അവൾ തേങ്ങി.

''ദുഷ്ടാ, നീയെന്നെ ചതിച്ചു. ആണുങ്ങൾ ചതിയന്മാർ.''

''പെണ്ണുങ്ങൾ ചതിക്കപ്പെടാൻ പിറന്നവർ.''

''പോടാ.''

''സത്യത്തിൽ നീ സന്തോഷിക്കുകയല്ലേ വേണ്ടത്. രാജാക്ക ന്മാരുടെ താഴ്വരയിൽ തന്നെ ഐശ്വര്യമായി ഛർദ്ദിക്കാൻ കഴിയുക

എന്നത് ചെറിയ കാര്യമല്ല. നമ്മുടെ പുത്രന് രാജകീയ ഗുണങ്ങൾ കാണുമെന്ന് തീർച്ച...''

''ഒരു രാജാവും താഴ്‌വാരവും...'' അടുത്ത ഛർദ്ദി എപ്പോഴെന്ന് പേടിച്ചു നിൽക്കുന്ന ഊർമ്മിള പിറുപിറുക്കുകയായിരുന്നു.

ഗർഭം പൂർണ്ണമാകാൻ തുടങ്ങിയതോടെ ഊർമ്മിളയുടെ ആധികളും ആവലാതികളും പെരുകുകയായിരുന്നു.

''അജയാ, ഒടുവിൽ ഊർമ്മിളയ്ക്ക് തനിച്ചു പെറേണ്ടി വരത്തില്ല്യോ?''

''എന്തു ചെയ്യാം, പേറ് പെണ്ണിന്റെ ജന്മാവകാശം.''

''അതല്ല, അമ്മച്ചി വരത്തില്ല. ഒരുപാട് ആരോഗ്യപ്രശ്നങ്ങൾ. യാത്ര ചെയ്യാനുള്ള ബുദ്ധിമുട്ട്. നാത്തൂന് സ്നേഹമുണ്ടെങ്കിലും അവിടത്തെ കൊച്ചുങ്ങൾടെ കാര്യം നോക്കണ്ടായോ?''

''എനിക്കാണെങ്കിൽ അമ്മയുമില്ല, പെങ്ങന്മാരും.''

''പിന്നെ?''

''ഞാനുണ്ടാവും നിന്റൊപ്പം.''

''പേറ്റുമുറിയിലോ?''

''പിന്നല്ലാതെ.''

''എന്റെ അജയാ!'' അയാളുടെ കൈകൾ കടന്നുപിടിച്ചു മുത്തുമ്പോൾ അവളുടെ കണ്ണുകൾ നിറഞ്ഞിരുന്നു.

''പിന്നൊരു പ്രധാനപ്പെട്ട കാര്യം. ആദ്യകാലത്തെ ചെക്കപ്പുകളൊക്കെ ഇവിടെ തീർത്തിട്ട് പ്രസവം നാട്ടിൽ മതി. അതു കഴിഞ്ഞു കുട്ടിയെ നോക്കാൻ അവിടെ വല്ല സ്ത്രീകളെയും നോക്കാം... ചോദിക്കുന്ന കാശ് കൊടുക്കണമെന്ന് മാത്രം.''

''നാട്ടിലോ? അയ്യേ...''

''അവിടത്തെ മദർ ആൻഡ് ചൈൽഡ് ആശുപത്രിയെ വിശ്വസിക്കാം. അവിടെ ഒരുപാട് ഏടാകൂടങ്ങൾക്കിടയിലും എന്നെ ലോകം കാണിച്ച നാരായണന്നായർ ഡോക്റുണ്ട്.''

''അതിയാൻ വയസ്സായി കാണത്തില്ല്യോ?''

''പ്രായത്തിലും തളരാത്ത ചില കൈകളുണ്ട്.''

പക്ഷേ ആ ആശുപത്രിയിൽ ഒട്ടേറെ മാറ്റങ്ങൾ വന്നു കഴിഞ്ഞെന്ന് അജയൻ അറിഞ്ഞത് പിന്നീടാണ്. നാരായണന്നായർ ഡോക്ടർക്ക് വയസ്സ് ഒരുപാടായെങ്കിലും താൻ കഷ്ടപ്പെട്ടു പടുത്തുയർത്തിയ ഗൈനക് സെക്ഷന്റെ മേധാവിത്വം വിട്ടു കൊടുക്കാൻ

അദ്ദേഹം തയ്യാറായിരുന്നില്ല. അതുകൊണ്ട് അദ്ദേഹത്തിന്റെ മേൽ നോട്ടത്തിൽ സിസേറിയനൊക്കെ ജൂനിയർമാർ തന്നെ ചെയ്യാൻ തുടങ്ങി. അതാണല്ലോ അവിടത്തെ പ്രധാന വരുമാന മാർഗം. അങ്ങനെയിരിക്കെയാണ് ലണ്ടനിൽ നിന്ന് എഫ്.ആർ.സി.എസ് പാസ്സായ മറ്റൊരു നാരായണന്നായർ ഡോക്ടർ രംഗത്തു വരുന്നത്. ചെറുപ്പക്കാരൻ. മിടുക്കൻ. നെറ്റിയിൽ ഭസ്മക്കുറിയുള്ള തനി ശിവ ഭക്തൻ. ആദ്യത്തെ കാഴ്ചയിൽ തന്നെ ഹോസ്പിറ്റൽ മാനേജർ പത്രോസച്ചന് ബോധിച്ചു. പക്ഷേ ഇവിടെ ചേരാൻ ചെയ്യാൻ അദ്ദേഹം താത്പര്യം കാട്ടിയപ്പോൾ വിശ്വസിക്കാനായില്ല. ഇദ്ദേഹത്തിന്റെ വരവ് ഈ ഹോസ്പിറ്റലിന് വലിയൊരു മുതൽക്കൂട്ടാവുമെങ്കിലും എന്തിനിവിടെ? അവിടത്തെ വലിയ ആശുപത്രിയിലെ ജോലിയും കളഞ്ഞു എന്തിനിവിടെ?

കാരണങ്ങൾ രണ്ടെന്ന് പറഞ്ഞു പുതിയ നാരായണന്നായർ. ഒന്നാമതായി വിധവയായ അമ്മ അടുത്തൊരു ഗ്രാമത്തിൽ. ഇത്രയും കാലം അവരെ തനിച്ചാക്കി വിദേശത്തു കഴിഞ്ഞു കൂടിയതിന്റെ കുറ്റബോധം കലശലായുണ്ട്. രണ്ടാമത് ഈ സ്ഥാപനത്തിന്റെ പേര്. ഏതു ആശുപത്രിയും അമ്മയ്ക്കും കുട്ടിക്കും രക്ഷ കൊടുക്കുന്ന ഒന്നാകണമെന്നാണ് അദ്ദേഹത്തിന്റെ നിലപാട്.

പക്ഷേ പത്രോസച്ചന്റെ പ്രശ്നം വേറൊന്നായിരുന്നു. ഒരേ ആശുപത്രിയിൽ ഒരേ വകുപ്പിൽ രണ്ടു നാരായണന്നായർമാർ വാഴുന്നതെങ്ങനെ? ഒരുപാട് ആലോചിച്ച ശേഷമാണ് ഒരാശയം തലയിൽ മിന്നിയത്. ഇവരെ സീനിയർ ജൂനിയർമാരാക്കിയാലോ? ഒക്കെ സീനിയർ തീരുമാനിക്കട്ടെ, ജൂനിയർ പറഞ്ഞു. പക്ഷേ ഇളയവന്റെ വരവ് തീരെ പിടിച്ചില്ല മൂത്തവന് എന്നത് സത്യം. ഈ പട്ടണത്തിൽ മിക്ക പിറവികൾക്കും സാക്ഷിയായ തനിക്ക് ഒരു എതിരാളിയോ? അദ്ദേഹം തല കുടഞ്ഞു. ഒടുവിൽ പത്രോസച്ചന്റെ പിടിവാശിക്ക് മുമ്പിൽ തല കുമ്പിടേണ്ടി വന്നെങ്കിലും ചില വ്യവസ്ഥകൾ വച്ചു.

രണ്ടു നായന്മാരുടെയും പരിശോധനാ മുറികൾ തമ്മിൽ കുറച്ചു അകലം വേണം. ഒരുപാട് വളവും തിരിവുമുള്ള കെട്ടിടത്തിൽ അത് എളുപ്പമാണ് പത്രോസച്ചനും. പിന്നെ സീനിയർ ജൂനിയർ വേണ്ട, വലിയവനും ചെറിയവനും എന്നു മതി. അങ്ങനെ തന്നെ രണ്ടു ബോർഡുകളും.

''എല്ലാം മൂത്താര് പറയണത് പോലെ.'' ഇളയവൻ വിനീതനായി.

അങ്ങനെ പുതിയ രണ്ടു ബോർഡുകൾ അവിടെ പ്രത്യക്ഷപ്പെട്ടു.

വലിയ നാരായണന്നായർ.

ചെറിയ നാരായണന്നായർ.

പ്രസവം അടുത്തപ്പോൾ അജയനും ഊർമ്മിളയും തമ്മിൽ തർക്കം മൂത്തു.

''നമ്മൾ കാണുന്നത് വലിയ നാരായണന്നായരെ'' അജയൻ.

''അല്ലല്ല, ചെറിയ നാരായണന്നായരെ'' ഊർമ്മിള.

''എന്നെ വെളിച്ചം കാട്ടിയ അച്ഛന്റെ ചങ്ങാതി വലിയവൻ.''

''ഒരുപാട് വയസ്സായ ആൾക്ക് കൈ വിറയ്ക്കും.''

''ഒരിക്കലും കൈ തളരാത്തവൻ വലിയവൻ.''

''ഊർമ്മിളയ്ക്ക് പേടിയാണ്.''

''ഊർമ്മിള പേടിക്കരുത്. ഈ അവസ്ഥയിൽ പേടി പാടില്ല.''

ഏറെ കഴിഞ്ഞു അവർ സമരിയായി. ചെന്നു കയറുമ്പോൾ ആദ്യം കാണുന്ന ബോർഡിൽ കയറാം.

ഇതിനിടയിൽ രണ്ടു നാരായണന്നായരും തമ്മിൽ സെറ്റായത് അവർ അറിഞ്ഞിരുന്നില്ല. അവരെ കൂട്ടിയിണക്കിയതോ കഥകളിയും. വലിയവന് വധങ്ങളാണ് കൂടുതൽ ഇഷ്ടം. പ്രത്യേകിച്ചും കീചക വധവും ദുശ്ശാസന വധവും. ചമ്പക്കുളം പാച്ചുപിള്ളയുടെയും നെല്ലിയോടിന്റെയും ചുവന്നാടി... ചെറിയവനാണെങ്കിൽ നളചരിതവും. കലാമണ്ഡലം കൃഷ്ണൻനായരുടെയും ഗോപിയാശാന്റെയും നളൻ... കുടമാളൂർ കരുണാകരൻ നായരുടെയും കോട്ടക്കൽ ശിവരാമന്റെയും ദമയന്തി... നമ്പീശന്റെയും എമ്പ്രാന്തിരിയുടെയും പാട്ട്. പൊതുവാളന്മാരുടെ മേളം. അതൊക്കെ ഒരു കാലമായിരുന്നുവെന്ന് മൂത്താർ ഇളയവനോട് പറയാറുണ്ട്. ചിലരെയൊക്കെ കാണാനായി, ചിലർ നേരത്തെ പോയി.

വേദിയിലെ വധങ്ങളെ സൂക്ഷ്മമായി നോക്കിക്കാണുകയാണ് വലിയവൻ. വേദിയിലെ ശൃംഗാരങ്ങളിൽ നിന്ന് കണ്ണെടുക്കുന്നില്ല ചെറിയവൻ.

''ചെറിയ നാരായണന്നായരേ, സത്യത്തിൽ ആദ്യത്തെ സർജൻ സുശ്രുതനല്ലല്ലോ, ഭീമനല്ലേ? കത്തിയും കത്രികയും ഇല്ലാതെ സിമ്പിളായല്ലേ മാറുകൾ പിളർന്നത്.''

''പക്ഷേ മൂത്താരെ, കുടൽമാല പറിച്ചെടുത്തിട്ടു തുന്നിക്കുത്തിയില്ലല്ലോ...'' ചെറിയവൻ ഓർമ്മിപ്പിച്ചത് ആര് കേൾക്കാൻ? എന്തായാലും, കളി നടക്കുന്ന അമ്പലപ്പറമ്പുകളിലെ മണലിൽ ചടഞ്ഞിരിക്കുന്ന രണ്ടു ഡോക്ടർമാർ വലിയ കൗതുകമായി നാട്ടിലെ അറിയപ്പെടുന്ന രോഗികൾക്ക്...

സ്വാഭാവികമായും അജയൻ ആദ്യം കാണുന്നത് വലിയ നാരായണന്നായരുടെ ബോർഡ് തന്നെ. ഡോക്ടർക്ക് പഴയ ചന്ദ്രനെ ഓർമ്മയുണ്ടെങ്കിലും തിട്ടമില്ല മകനെ. അതോടെ ഊർമ്മിളയുടെ തട്ട് താനെ താഴ്ന്നു.

''ലേശം കോംപ്ലിക്കേഷൻസ് കാണുന്നു, ചന്ദ്രന്റെ മകനേ, അതുകൊണ്ട് വേദന ചെറുതായി തുടങ്ങുമ്പോൾ തന്നെ ഇവിടെ എത്തിയിരിക്കണം. വീട്ടിൽ നിന്ന് എത്ര സമയം വേണം?''

''മുക്കാൽ മണിക്കൂർ. വഴിയിൽ ബ്ലോക്ക് ഉണ്ടെങ്കിൽ ഇത്തിരി കൂടി നേരം...''

''റിസ്ക് വേണ്ട. വിമ്മിഷ്ടം തോന്നുമ്പോഴേ വന്നോളൂ. നേരെ എതിരെയുള്ള ഹോട്ടൽ എന്റെ മകന്റെ. എന്റെ പേഷ്യന്റിന് പത്തു ശതമാനം ഡിസ്കൗണ്ട്.''

അജയൻ തലയാട്ടുമ്പോഴേക്കും ഊർമ്മിളയുടെ തട്ട് ഇത്തിരി കൂടി താഴ്ന്നു കഴിഞ്ഞിരുന്നു.

പ്രസവദിവസം കോംപ്ലിക്കേഷൻസ് വല്ലാതെ കൂടി. വേദന കൊണ്ടു പുളയുകയാണ് ഊർമ്മിള. അവളുടെ കൈ മുറുകെ പിടിച്ചിരുന്ന അജയനും വല്ലാതായി.

പരിശോധിച്ച ഡോക്ടർ അജയനെ പുറത്തു വിളിച്ചു രഹസ്യമായി പറഞ്ഞു.

''ചന്ദ്രന്റെ മകനേ, അല്പം റിസ്ക്കുള്ള ഡെലിവറിയാണ്. ചിലപ്പോൾ സിസേറിയൻ വേണ്ടി വന്നേക്കും. അതോണ്ട് വേണ്ട കടലാസൊക്കെ ഒപ്പിട്ട് കൊടുത്തേക്കൂ.''

ഇത്തവണ അജയൻ അച്ഛനെപ്പോലെ തൊഴുകൈകളോടെ കരഞ്ഞില്ല. പകരം ചോദിച്ചു.

''ഒരു സെക്കന്റ് ഒപ്പീനിയൻ?''

''അതെന്താ എന്നെ വിശ്വാസമില്ലേ തനിക്ക്?''

''അങ്കിളിനോടുള്ള വിശ്വാസക്കുറവല്ല, എന്നാലും എപ്പോഴും ഏതിലും രണ്ടു അഭിപ്രായങ്ങൾ നല്ലതല്ലേ?''

''നിർബന്ധമാണെങ്കിൽ പുറത്തെവിടെയെങ്കിലും...''

''ചെറിയ നാരായണന്നായർ പോരേ, പുറത്തു പോകാതെ കഴിക്കാമല്ലോ.''

മുഖം ചുളിച്ചതല്ലാതെ വലിയ നാരായണന്നായർ മിണ്ടിയില്ല. പുറത്തേക്കിറങ്ങുമ്പോൾ ഡോക്ടർ സെഞ്ചുറി തികച്ചോയെന്ന് ചോദിക്കാൻ മറന്നു.

അങ്ങനെ ചെറിയവനിലേക്ക്...

''ഞാൻ നോക്കായിരുന്നു. പക്ഷേ മൂത്താര് നോക്കിയ കേസ്.'' ചെറിയവൻ തല ചൊറിഞ്ഞു.

''അതോണ്ടെന്താ ഡോക്ടർ പുറത്തൊക്കെ പഠിച്ച പ്രൊഫഷണൽ അല്ലേ?''

''ഓ...''

''കുഴപ്പം വല്ലതുമുണ്ടോ ഡോക്ടറേ.''

''കാണണില്ല. പിന്നെ ഇതൊക്കെ എന്റെ മാത്രം കയ്യിലല്ലല്ലോ.''

അങ്ങനെ മൂപ്പർ നോക്കുകയും ഊർമ്മിളയുടെ സുഖപ്രസവം നടക്കുകയും ചെയ്തു.

''അപ്പോഴേ പറഞ്ഞതല്ല്യോ നിന്നോട്...'' ഊർമ്മിളയുടെ തളർന്ന ശബ്ദം...

പുറകിൽ ഒരു ചിരി കേട്ട അജയൻ തിരിഞ്ഞു നോക്കിയപ്പോൾ കണ്ടത് ആശുപത്രി ലോഗോയിലെ കുഞ്ഞിന്റെ പല്ലില്ലാത്ത ചിരിയാണ്.

■